คามิ

(พลังงานสิ่งศักดิ์สิทธิ์ทั้งหลายทั้งปวงที่อยู่เหนือจักรวาล)

กับมนุษย์

ผู้แต่ง

โกะอิ มาซะฮิสะ

คำมั่นสัญญา ความสุขที่แท้จริง
สสารกับจิตวิญญาณ การมีชีวิตก่อนตาย และหลังตายของมนุษย์
สิ่งศักดิ์สิทธิ์ ทางลัดเพื่อให้เกิดผลที่เร็วขึ้น เป็นต้น
ความสัมพันธ์ของมนุษย์กับคามิที่กล่าวมานี้เราจะเข้าใจชัดเจนขึ้น

มนุษย์กับทางสว่างแห่งการดำเนินชีวิต

ISBN-10: 4-89214-193-3
ISBN-13: 978-4-89214-193-5

พิมพ์จากต้นฉบับภาษาญี่ปุ่นของ
Kami to ningen, Byakko Press, 1953

พิมพ์โดย Byakko Press
812-1 Hitoana; Fujinomiya-shi, Shizuoka-ken; 418-0102 Japan
E-mail: e-editor@byakkopress.ne.jp
http://www.byakkopress.ne.jp

Thai translation by Athitiyaporn Rardsukosol
Contributing editors: Mituko Ishii, Kyoko Suzuki
Cover design by David W. Edelstein

เกี่ยวกับผู้เขียน

คุณมาซะฮิสะ โกะอิ เกิดที่โตเกียว เดือนพฤศจิกายน 1916 ซึ่งเป็นผู้เขียนหนังสือเล่มนี้เป็นผู้ที่รู้หลักธรรมและมีจิตใจที่เยือกเย็นไม่สะทกสะท้านต่ออุปสรรคใด ๆ ซึ่งเขาเป็นนักเขียนและเป็นนักร้องด้วย จริง ๆ เขามีจุดประสงค์มีความมุ่งมั่นไปในอาชีพดนตรี เขาได้ค้นพบตนเองโดยบังเอิญและเกิดขึ้นเองตามธรรมชาติแบบขอบเขตของปรัชญาและเป็นหนทางนำไปสู่สิ่งที่เกี่ยวข้องกับสิ่งศักดิ์สิทธิ์ ทางด้านจิตวิญญาณ ตอนที่เขาอายุได้ 30 ปี เขาได้ตัดสินใจที่จะศึกษาและเป็นนักบวชและเป็นส่วนหนึ่งของคามิ ด้วยตนเอง

พระอาจารย์โกะอิ ประพันธ์หนังสือมากกว่า 60 เรื่องและกวีนิพนธ์หลายฉบับ รวมทั้งความสัมพันธ์ของคามิกับมนุษย์ ซึ่งเป็นหลักการทำงานของเขาทั้งหมดและที่สำคัญที่สุดคือเป็นหนังสือที่เขาเขียนขึ้นมาเป็นเล่มแรก บรรยายโดยเลาชู ซึ่งบันทึกไว้ในพระคัมภีร์ไบเบิ้ล เพื่อให้คนแต่ละประเทศแต่ละภาษาได้รับทราบถึงวิธีการจะทำอย่างไรถึงจะพัฒนาจิตใจและวิญญาณของท่านซึ่งก็แล้วแต่คำอธิฐานของแต่ละคนแต่ละประเทศให้ทุกคนได้ทำพร้อม ๆ กับ และไปในทางเดียวกันเพื่อความเจริญ (อัตชีวประวัติของเขา)

คามิกับมนุษย์

และอนาคตของมนุษย์ชาติ ซึ่งสิ่งนี้ความสัมพันธ์ของมนุษย์กับคามิ ของ
มนุษยชาติได้พิมพ์ออกมาแจกจ่ายให้สาธารณะชนได้รับรู้โดยภาษาอังกฤษและ
แปลเป็นภาษาต่าง ๆ อย่างต่อเนื่อง

  ก่อนที่เขาจะสิ้นชีวิตในปี 1980 เขาได้เปลี่ยนชื่อผู้ถ่ายทอดเกี่ยวกับ
เรื่องนี้ต่อจากตัวของเขาเอง โดยนางมาซามิ ไซโอนจิ ให้เป็นผู้รับช่วงต่อโดย
การดำรงตำแหน่งต่อจากเขาและให้เป็นผู้นำแห่งการภาวนาเพื่อนำความ
สันติภาพมาสู่โลก นั่นคือสิ่งแรกที่เขาทำก่อนสิ้นชีวิต

สารบัญ

โกะอิ มาซะฮิสะ

คำนำ

ชีวิตของข้าพเจ้าลุกโซนเป็นไฟมาพร้อม ๆ กับความปรารถนาดีที่จะบริการและให้ข้อคิดและมาร่วมในกระบวนการระหว่างสวรรค์เทพยาดาและโลกมนุษย์

ในส่วนลึกของข้าพเจ้านั้น ข้าพเจ้าได้ทำการภาวนาเป็นเวลานาน ๆ เพื่อวัตถุประสงค์ในการนำสันติภาพมาสู่โลกและในการนำความปราศจากมลทินมาสู่โลกและผู้คนที่อาศัยอยู่บนโลกและปรารถนาจะเห็นโลกมีแต่สันติและมีความสุขที่แท้จริงบนโลกผืนนี้

ข้าพเจ้าได้พนมมือและภาวนาขอพรจากคามิตลอดเวลาว่าขอผลบุญของข้าพเจ้าจากสวรรค์ในการภาวนานั้นให้มีแต่ความสว่างสดใสในท้องฟ้าและข้าพเจ้าได้แสดงความเห็นเกี่ยวกับบทเพลงผ่านความรู้สึกของข้าพเจ้าเพื่อจะทำให้ท้องฟ้าสว่างสดใสให้เมฆหมอกได้เคลื่อนคล้อยหายไป โดยเร็วให้ได้เห็นความจริงที่แท้จริงจากคามิ

การสั่นสะเทือนของคลื่นบนสวรรค์ การสั่นสะเทือนของคลื่นทะเลให้เป็นส่วนเดียว กันให้ดังสนั่นและลุกฮือเป็นเพลิงในทะเลเป็นถนนของพระอาทิตย์

และเช่นกันข้าพเจ้าได้บรรลุถึงการทำให้เกิดการประสานกับทำให้ทุกอย่างกลมกลืนกันขึ้นมาได้ในส่วนของจิตใจของข้าพเจ้าซึ่งมีประสบการณ์

ในการนำพาทุกสิ่งพร้อมกับโลก ใบนี้และตัวของข้าพเจ้าเองก็จะกลายเป็นส่วนหนึ่งของคามิ ข้าพเจ้าได้เห็นสภาพความเป็นจริงของคู (Kuu) คือ สภาพความว่างเปล่า และตรัสรู้ได้และข้าพเจ้าได้กลับมาเกิดเหมือนกับการสละทุก ๆ อย่างและทำเพื่อทุก ๆ สิ่งบนโลกนี้

ซึ่งนั่นเป็นเวลาที่นี่บนโลกนี้ได้มีการบดบังผลกรรม สาเหตุก็เนื่องมาจากว่ามี การกระตุ้นและมีการปะทุระเบิดในการใช้กำลังประทุษร้าย มีการใช้ความรุนแรงในสงครามโลกครั้งที่ 2 และเป็นการชี้แนะแนวทางในการทำให้เกิดการรบทำให้เกิด การพ่ายแพ้ในสงครามของญี่ปุ่นและเป็นสงครามเย็น ซึ่งเป็นการมองให้เห็นว่าเป็น การส่งสัญญาณถึงสงครามโลกครั้งที่ 3 นี้ คือ ทำไมมนุษยชาติถึงเป็นแบบนี้และยังคงเป็นแบบนี้เป็นการเจาะลึกถึงการเรียนรู้ส่งผลถึงความพินาศ ส่งถึงการถูกทำลายล้างและนำพามาสู่ความหายนะ

โลกนี้เป็นอย่างไรกันแน่!! และสุดท้ายของการพยากรณ์หรือการพิจารณาอย่างละเอียด รอบคอบและสมเหตุสมผล เป็นเหมือนพระคัมภีร์ของคริสต์ศาสนา พระคัมภีร์ไบเบิ้ลที่ได้ตัดสินมนุษย์ เป็นส่วนด้านหน้าของผลกรรมที่มีไฟลุกโชดช่วงกับแสงมีแรงผลักดันและอย่างรุน แรงของลม ไฟ และโรคร้ายต่าง ๆ ในสังคมมนุษย์ ประเทศและโลก และลักษณะของเฉพาะบุคคลของพวกเราก็จะมลายหายไปด้วยอย่างนั้นหรือ? หรือเป็นการคาดการณ์ตำนานของโลก เพื่อความสงบสุข โดยปราศจากความหมาย? หรือสุดท้ายคามิเป็นผู้สร้างโลกอย่างนั้นหรือ? ความรู้สึกตกใจกลัวโดยความวิตกกังวลความไม่แน่นอนความไม่สามารถชี้ขาดได้ของโลกที่ถูกโอบล้อมเพื่อความหวังว่าพรุ่งนี้จะดีขึ้นและทุก ๆ คนรู้สึกหมดหวังและไม่มีหนทางไม่รู้จะหาทางออกได้อย่างไร

ปัจจุบันนี้ ข้าพเจ้าเชื่อว่ามนุษย์ถ้าสามารถรับรู้เข้าถึงความรู้สึกที่เป็นความจริงได้และติดต่อกับคามิได้ก็จะสามารถมีความก้าวหน้าหมดความกังวลอยู่เหนือความไม่สุขกายสบายใจอยู่เหนือความไม่มีอิสระและความยุ่งเหยิง ความสับสน อลหม่านไปสู่การบรรลุผลถึงความรู้แจ้งและมีสันติและมี

คามิกับมนุษย์

การบรรลุผลการตรัสรู้และส่งผลถึงการนำสันติภาพมาสู่โลกนี้ ข้าพเจ้าเริ่ม
เขียนหนังสือนี้พร้อมกับการวางแผนการที่วางไว้มีเป้าหมายในการนำมา
อธิบาย วิธีที่จะเข้าใจทั้งหมด เกี่ยวกับคามิ จิตวิญญาณ การนำไปสู่ความเป็น
มนุษย์ ผลกรรมและเหตุแห่งทุกข์

ข้าพเจ้าเชื่อว่าคนที่ไม่มีความรู้เรื่องของคามิและไม่รู้เรื่องเกี่ยวกับ
ข้าพเจ้าทั้งหมดอย่างดีที่สุดและเขาเหล่านั้นก็จะรู้จักคุ้นเคยกับข้าพเจ้า ก็จะ
กลายเป็นคนที่เข้าใจในเนื้อหาในหนังสือนี้อย่างแน่นอน

มาซะฮิสะ โกะอิ

มีนาคม 2496

บทความที่ 1
อารัมภบท

ตั้งแต่สมัยดึกดำบรรพ์เป็นต้นมา มนุษย์ดูเหมือนว่าจะมีความเป็นอิสระ
อยู่บนโลก จะมีสักกี่ครั้งที่มีดาวในวงโคจรในสวรรค์ ท้องฟ้าหรือเป็นโลก
มนุษย์ที่ไม่มีน้ำแข็งปกคลุม เป็นโลกที่ไม่มีลมพายุจับกลุ่มอยู่บนพื้นผิวโลก ใน
เรื่องที่กำลังคิดกันอยู่นี้พวกเราสามารถที่จะเริ่มต้นตั้งทัศนคติว่ามนุษย์นั้นมี
ความคิดมีความฝันมานานเท่าไรแล้วและความเป็นจริงแล้วพวกเราปรารถนาที่
จะมีความสันติภาพมีโลกที่ปราศจากการทะเลาะเบาะแว้ง ปราศจากความเกรง
กลัว (ในอิทธิฤทธิ์) ของคามิความเป็นจริงคือเป็นโลกที่มีความสุขพร้อมกัน ไม่
มีความโศกาอาดูร ปราศจากความยากจน ความขาดแคลนปราศจากการเจ็บไข้
ได้ป่วยและปราศจากการแบ่งแยกชั้นวรรณะ

จากโดยทั่ว ๆ ไปแล้วมนุษย์มีความปรารถนาจะมีพระอาจารย์ที่ดี
ยกตัวอย่างเช่น พระเยซูคริสต์ ในศาสนาคริสต์ พระพุทธเจ้าในศาสนาพุทธ
ซึ่งในหลาย ๆ สมัยก็จะมีการสวดอ้อนวอนจากพระเจ้าขอพรจากพระเจ้า ขอ
เป็นแบบนั้นแบบนี้ ปราศนาอยากจะเป็นแบบนี้ ปรารถนาจะเป็นนักแสดงและ
ก็จะมีคนคิดเพื่อให้สมหวังได้ดังใจและก็เลยมีคนแบบนี้เกิดขึ้นมาเยอะแยะเต็ม
ไปหมด ตำรวจ นักปราชญ์ ผู้เชี่ยวชาญ นักวิชาการและนักประดิษฐ์ผู้คิดค้น

สร้างสิ่งใหม่ทำงาน ตลอดถึงแนวตั้งและแนวราบและเท่าที่สามารถที่จะจินตนาการได้

จากตอนนี้มันก็จะเป็นเหมือนว่าดอกไม้ทุก ๆ ดอกทุก ๆ สีจะต้องมีดอกตูมและก็จะต้องมีการเริ่มเบ่งบานและอารยะธรรมต่าง ๆ ก็จะต้องมีการเริ่มต้นและขยายออกไป เช่นกันและทุก ๆ แหล่งกำเนิดของความคิดก็มีการใช้พลังงานออกมาและหมดไป

อย่างไรก็ตามการบรรลุการเข้าไปถึงก็จะเป็นเหมือนอายุของวัฒนธรรมและอารยะธรรมทั้งหลาย คนในโลกปัจจุบันและก็ยังอยู่ห่างไกลจากความมีสันติสุข และก็จะเป็นการหายใจไม่ค่อยออกเท่าไรพร้อมกับการทะเลาะเบาะแว้ง ความหวั่นวิตก ความหวาดกลัว ความเศร้าใจ ความโศกาอาดูร อายุไขและความเจ็บไข้ได้ป่วยความยากจน ความลำบาก การทนทุกข์ทรมาน การถูกกดขี่กับสิ่งที่สุดแสนจะทนได้นั้นเกิดขึ้นและการแบ่งแยกชั้นวรรณะ ความรู้แจ้งความชัดเจนเรื่องทั้งหลายที่เกิดขึ้นเพราะอะไรถึงเป็นแบบนั้น?

รูปแบบโลกรูปลักษณ์ของโลกสมัยก่อนเมื่อเปรียบเทียบกับโลกปัจจุบันกับโลกสมัยก่อนมันแตกต่างกันมากเลย เพราะว่าโลกสมัยใหม่มีสิ่งอำนวยความสะดวกมากมายมีสาธารณูปโภคครบถ้วนเหมือนเป็นดินแดนแห่งสวรรค์อะไรอย่างนั้น อยากได้อะไรก็ได้แต่**จิตใจคนนั้นมีความสุขจริงหรือเปล่า**ก็ไม่รู้นะ

ถึงแม้ว่าจะมีสิ่งอำนวยความสะดวกมากมายก็ตามแต่ถ้ามีสิ่งที่กังวลใจเป็นทุกข์เป็นร้อนก็เหมือนกับไม่มีอะไรเปลี่ยนไปใช่ไหม เหตุเพราะว่าไม่มีแนวทางที่แน่นอนในการแก้ไขปัญหาของมนุษยชาติเหมือนกันความแตกต่างของมนุษย์ในปัจจุบันเป็นหลักการเหมือนกับไม่มีความแตกต่างอะไรเลยกับการมีอารยะธรรมที่สูงส่ง ซึ่งมันเป็นอย่างนี้และซ้ำซากต่อเนื่องมาเป็นระยะเวลาที่ยาวนาน มีความรู้สึกว่ามีความไม่มีเสถียรภาพ ความไม่มั่นคง ไม่แน่นอน ซึ่งจะส่งผลให้เกิดการนำพาและทำให้เกิดการล้มเหลวในทุกสถานการณ์

โกะอิ มาซะฮิสะ

ทำไมชีวิตความเป็นอยู่ในทุกวันนี้ถึงมีแก๊ส เครื่องใช้ไฟฟ้า เครื่องสูบน้ำ รถไฟ รถยนต์และเครื่องบินที่ไหนที่มีผู้คนที่นั้นสามารถใช้เงินจ่ายและก็ตอบสนองตอบความต้องการของมนุษย์ได้ทั้งหมดได้ปลดปล่อยได้ พวกเขาเป็นเหมือนคนที่อยู่โดยขบวนการทางจิตที่ไม่ปลอดภัยเชื่อถือไม่ได้เหมือนกับไม่มีความเจริญไม่มีอารยะธรรม

มันเป็นเพราะว่าในยุคปัจจุบันเหมือนในยุคโบราณนั่งเองชีวิตของผู้คนไม่มีการพักผ่อน ไม่มั่นคงไม่มีเสถียรภาพในการสร้างพื้นฐานให้แข็งแรง ผู้คนรู้สึกว่ามีการเจ็บไข้ได้ง่าย เปราะบาง อ่อนแอไม่มั่นคงเอาเสียเลย ถูกคุกคามถูกข่มขู่โดยวิกฤตการณ์ โดยช่วงที่อยู่ระหว่างความเป็นกับความตายถูกคุกคามโดยภาวะคับขันซึ่งจะส่งผลถึงความพินาศถึงโลกอนาคตไม่มีจุดยืนว่าจะทำอย่างไรดีถึงจะทำให้ในโลกอนาคตดีขึ้น นอกเสียจากว่าพวกเราจะมีการลงมติที่จะมีการแก้ปัญหานั้น ๆ อย่างแรงกล้า เหมือนกับการสู้รบเหมือนกับการทำสงคราม ความเสียหายของธรรมชาติปัญหาของการเจ็บไข้ได้ป่วย ความไม่เสมอภาคกัน ความไม่ยุติธรรมและพื้นฐานทั้งหมดอะไรคือความกังวล อะไรคือความวิตก อะไรคือปัญหาต้นเหตุของความตายของสังคมมนุษย์ มนุษย์จะไม่สามารถพบกับความสุขได้ มันจะเป็นไปได้ไหมถ้าพวกเรามาช่วยกันแก้ไขปัญหาเหมือนกับการทำสงครามอย่างจริงจัง เช่น ปัญหาความเจ็บไข้ได้ป่วย ปัญหาความเสียหายของธรรมชาติ และความทุกข์ทรมานทางกาย ทางใจ ของความตาย คำตอบของข้าพเจ้าก็คือ ใช่ เป็นไปได้**เราทำได้!!**

โดยที่มีพระพุทธเจ้า พระเยซูคริสต์มาตั้งแต่สมัยดึกดำบรรพ์และพระพุทธองค์ทั้ง 2 ได้คิดและเป็นแนวทางให้พวกเราเนื่องจากพระพุทธองค์มีประสบการณ์อันยาวนาน จะนำทางและถ่ายทอดและสอนให้แก่พวกเราได้โดยยึดตามคำสอนของพระพุทธองค์

มีการเขียนและบันทึกไว้ในคัมภีร์ไบเบิลในศาสนาคริสต์และในคำสอนของศาสนาพุทธชื่อท่านพุทธราช ซึ่งมีคำสวดมีการจัดหามาเป็นแนวทางให้ผู้คนได้มีการยกระดับจิตใจให้ดีขึ้นในโลกปัจจุบัน

คามิกับมนุษย์

คำสอนทั้ง 2 ไม่ว่าจะเป็นพระคัมภีร์ไบเบิ้ลหรือคำสอนของศาสนาพุทธก็ตามทั้ง 2 ได้จารึกไว้ที่สำคัญที่สุดคือเพื่อไถ่บาปให้มนุษย์ที่มีความทุกข์และเจอกับสิ่งที่เป็นภาพลวงตาได้พบกับหนทางแห่งแสงสว่าง ให้ได้พ้นทุกข์ ถ้ามนุษย์ผู้นั้นได้รับทราบและเรียนรู้และนำไปปฏิบัติเท่านั้นจึงจะเกิดผล แต่ถ้าได้พบกับสิ่งโหดร้ายก็เหมือนกับมนุษย์ทราบและคัมภีร์ไบเบิ้ลเป็นสิ่งที่บริสุทธิ์ไม่มีสิ่งเจือปนและสิ่งที่เขียนขึ้นและศักดิ์สิทธิ์ สิ่งที่พบและโหดร้ายนั้นก็เหมือนกับคนไข้ที่มีความผิดปกติทางจิตและกินอาหารที่เกี่ยวกับจิตวิญญาณโดยปราศจากการฝึกฝนในการปรุงแต่งรสชาติถ้ารู้และยังไม่ปฏิบัติตามฉันนั้น

หรือจะพูดอีกคำหนึ่งคือในการจำแนกคนคือไม่สามารถเข้าใจความจริงได้ในการวางแผนการที่วางไว้ในทั้ง 2 คำสอน ในพระคัมภีร์ไบเบิ้ลและในคำสอนของศาสนาพุทธอย่างไรก็ตามอำนาจการชักจูง ผู้มีอิทธิพลโน้มน้าวนั้นจะอยู่ภายในจิตใจของผู้นั้นและแผ่กระจายแสงออกมาจากจิตใจส่วนลึกของผู้คนอย่างค่อยเป็นค่อยไปและกลับไปยังพลังงานแห่งแสงสว่างนั้นคือสิ่งที่เกี่ยวกับการทำให้ปรากฏโดยตัวของมันเอง

ปัจจุบันผลกรรมของผู้คนคือเกี่ยวกับการทำให้แตกแยกบนเส้นทางแห่งชีวิตและแสงสว่างที่บริสุทธิ์คือเกี่ยวกับความรุ่งโรจน์น่าเลื่อมใสศรัทธาของแสงนั้น สิ่งนั้นผู้ที่สัมผัสกับความเป็นจริงก็จะยังคงอยู่และสิ่งโน้นผู้ที่ไม่สามารถไปถึงก็จะพินาศพบกับความสูญเสีย

ก่อนที่จะพบความหมายที่แท้จริงของคำนี้ ข้าพเจ้าจะอธิบายรายละเอียดเท่าที่จะเป็นไปได้ในความสัมพันธ์ระหว่างมนุษย์กับคามิ จิตใต้สำนึกและจิตวิญญาณและชีวิตก่อนเกิดและหลังตาย ข้าพเจ้าจะเขียนเกี่ยวกับมนุษย์ว่าจะพบกับอะไรและอะไรคือหนทางแห่งชีวิตและอะไรคือหนทางที่จะส่งผลให้พบกับความจริงและพบกับความสุขในชีวิตได้

บทความที่ 2
ความสัมพันธ์ของมนุษย์กับคามิ
มนุษย์จะเป็นอะไรหรือ

ในคำตอบของคำถามนี้ ข้าพเจ้าอยากจะคาดเดาเอาว่าคือ ความหวังของมนุษย์ซึ่งใคร ๆ สามารถรู้หนทางแห่งชีวิตได้และสามารถหาคำตอบของหนทางแห่งแสงสว่างได้

ในคำถามนี้ซึ่งสามารถจะทราบได้จากการยึดและสิ่งที่ยึดติดมาได้ของมนุษย์เป็นคำถามที่ยากมากและตอบยากที่สุด

ซึ่งมนุษย์ใครสามารถเข้าใจรับรู้ได้ว่ามนุษย์จะกลายเป็นอะไรและอะไรคือทางออก ของตนเอง คน ๆ นั้นเคยได้ถูกปล่อยให้เป็นอิสระตลอดกาล ขณะที่หลาย ๆ คนยังหาคำตอบอยู่อย่างนั้น มนุษยชาติเคยพบกับความเจ็บปวดและได้รับทุกข์ได้ตระหนักแล้วบนโลกนี้

มาถึงปัจจุบันนี้ นักปรัชญาหลาย ๆ ท่านและบุคคลในหลาย ๆ คนยังหาคำตอบอยู่อย่างนั้น มนุษยชาติเคยพบกับความเจ็บปวดและได้รับทุกข์ได้ตระหนักแล้วบนโลกนี้

ศาสนาได้เผชิญกับประเด็นสำคัญนี้มาแล้วว่ามนุษย์สามารถแก้ปัญหาและรู้แจ้งได้ มนุษย์ไม่สามารถแก้ไขปัญหาและไม่รู้แจ้งส่วนหนึ่งก็มี ใครที่สามารถแก้ปัญหาและรู้แจ้งได้ก็จะกลายเป็นนักปราชญ์และน้อยมากในทางกลับกันใครที่เข้าใจผิด ๆ ก็จะทำให้เกิดการสิ้นสุดลงไปในชีวิตของเขาหรืออีกอย่างคือกลายเป็นคนที่มีความคิดไปในทางวัตถุนิยมหรือทำกิจกรรมใด ๆ ซึ่งก็จะทำให้โลกเกิดการสับสนและเนื่องจากสิ่งเหล่านั้นเองซึ่งจะทำให้เราทราบได้ในโลกปัจจุบัน ซึ่งในจุดนี้ก่อนที่จะดำเนินการในขั้นหัวข้อสำคัญ ข้าพเจ้าอยากจะบรรยายโดยย่อและกะทัดรัดถึงมุมมองของธรรมชาติของมนุษย์ที่ข้าพเจ้าได้เชื่อ นำพามนุษย์ได้ปลดปล่อยและช่วยให้พ้นทุกข์

คามิกับมนุษย์

มนุษย์ใครได้ทราบว่ามนุษย์จะไปไหน มันไม่ใช่ร่างกายที่ปราศจากมลทินแต่ภายในนั้นเป็นเรื่องเกี่ยวกับร่างกายซึ่งมีบางอย่างแอบแฝง วินิจฉัยออกมาเป็นเหมือนชีวิต ซึ่งมีกิจกรรมต่าง ๆ ทำและก็มีชีวิตอยู่ตามที่ตนเองเข้าใจ บุคคลเหล่านี้ได้ชื่อว่าได้เข้าลำดับขั้นของบันไดของสวรรค์แล้ว

มนุษย์ใครได้บรรลุไปถึงขั้นจิตวิญญาณที่สำคัญของมนุษย์ว่ามนุษย์จะไปไหน เดี๋ยวเขาก็จะได้ไปอยู่ภายในจิตใต้สำนึก คนเหล่านี้ได้เป็นไปถึงอีกขั้นหนึ่งแล้วเหมือนกับมันได้ขั้นที่ 2 หรือขั้นที่ 3 บนสวรรค์ มนุษย์ผู้ซึ่งมีความเชื่อว่ามนุษย์นั้นมาจากคามิ แต่นั่นหมายถึงความรักความเมตตา ถ้าเขาเหล่านั้นมีความคิดที่เป็นบวกและเกิดการกระทำต่าง ๆ โดยมีความรักความเมตตาสิ่งที่เป็นทุกข์ทั้งหลายก็จะไม่ย่างก้าวเข้ามาหาเขา เขาเหล่านั้นก็จะได้พบกับหนทางสู่สวรรค์เช่นเดียวกัน มนุษย์ซึ่งไม่มีความคิดที่พิเศษเกี่ยวกับคามิหรือจิตวิญญาณ ยกเว้นแต่ว่ามีความเคารพและปฏิบัติตนด้วยความรักและมีจิตใจที่ใสสะอาดและมุ่งตรงไปที่ทัศนคติ เขาก็จะพบหนทางแห่งสวรรค์เช่นกัน

คนที่มีความเชื่อเกี่ยวกับคามิ เขาไม่ทราบอะไรเลยเกี่ยวกับโลกของมนุษย์เขาได้มอบความรักให้กับเพื่อนมนุษย์มีจิตใจดีมีจิตใจสะอาด ที่เกิดขึ้นเองตามธรรมชาติและมีชีวิตอยู่พร้อมกับเชื่อว่ามีบาปบุญคุณโทษ คนเหล่านี้เขาก็ได้อยู่บนสวรรค์แล้ว

ผู้ที่เชื่อว่ามนุษย์เป็นผู้บรรลุผลสำเร็จลุล่วงที่เกิดจากผลของความฉลาดของมนุษย์โดยมีคามิเป็นผู้กำหนดให้มีชีวิตอยู่อย่างอิสระบนโลกเพื่อให้มนุษย์ได้ค้นพบความจริงได้ตรัสรู้และมีร่างกาย มนุษย์เป็นผู้แสดงออกมาเป็นรูปธรรมและมนุษย์ก็มีการแสดงออกมาเป็นจริงบ้างไม่จริงบ้างภายในตัวของเขาเองและใคร ได้ทำการฝึกปฏิบัติใส่เข้าไปด้วยและเข้าใจแล้ว เขาเหล่านั้นได้ชื่อว่าเป็นผู้รู้แจ้งแล้ว จิตใต้สำนึกของเขาจะเต็มไปด้วยความเป็นอิสระที่มีจำกัดมีจิตใจที่เป็นอิสระรู้ว่าตนเองมีร่างกายที่มาจากส่วนหนึ่งของคามิ เขาก็จะทราบความจริงรู้แจ้งและอย่างอื่นอีกทั้งหลายทั้งปวง ซึ่งเป็นผู้กำหนดเขาเหล่านั้น ซึ่ง

ทั้ง 2 นั้นก็จะเปรียบเหมือนกับ กูตะมะ (พระพุทธเจ้า) และพระเยซูคริสต์
นั่นเอง

การที่จะทราบความจริงเกี่ยวกับมนุษย์ก็เป็นเหมือนการที่รู้ความจริง
เกี่ยวกับคามิไม่มีความยากลำบากอะไรเลยที่พบกับคามิ ถ้ามนุษย์ได้มอบความ
รักและความซื่อสัตย์ แต่ถ้าเขาผู้นั้นไม่มีความรักไม่มีความซื่อสัตย์ก็จะไม่
สามารถพบกับหนทางแห่งการพ้นทุกข์ได้

สิ่งที่มีคุณค่าของมนุษย์ไม่ใช่หมายถึงความยิ่งใหญ่ ความสำคัญ ความ
สูงส่งของมนุษย์หรือมีการศึกษาที่สูงส่ง มีอัจฉริยะ มันจะดีมากที่จะมีความรู้ที่
มากแต่ถ้าความรู้นี้ไม่ใช่หนทางแห่งความเป็นจริงที่จะนำพามนุษย์หรือความ
เป็นอัจฉริยะของมนุษย์ทำอะไรตามอำเภอใจของมนุษย์ มันก็จะถูกนำพาไป
ในทางตรงกันข้าม นำพามนุษยชาติให้ไม่ประสบผลสำเร็จ มีความคิดเป็น
ลักษณะวัตถุนิยม นิยมความสะดวกสบายและในไม่ช้าสังคมก็จะฟอนเฟะ ไม่มี
ความสงบ ยุ่งเหยิงเพราะว่าเขาเหล่านี้ไม่ทราบเกี่ยวกับความเป็นอิสระของคามิ
ไม่ทราบเกี่ยวกับว่าจริง ๆ แล้วมนุษย์จะเป็นอะไรกันแน่นี่เอง

ในอดีตของข้าพเจ้า ข้าพเจ้าเคยคิดว่ามนุษย์ส่วนใหญ่ในโลกนี้เป็น
มนุษย์ที่มีร่างกายมีจิตใจอยู่ภายในและความคิดของมนุษย์นั้นเป็นตัวแปรใน
การหาทางออกให้กับมนุษย์ เขาเชื่อว่าคนได้อาศัยอยู่ในสังคมในโลกแต่
ประมาณ 50 หรือ 100 ปีและหลังจากนั้นก็จะกลายเป็นผู้ที่ตกอยู่ในสถานภาพ
ยากลำบากและไม่มีอะไรเลยพบกับความตายและเป็นเถ้าถ่าน พวกเขาถูกหว่าน
ล้อมให้เชื่อพร้อมกับความสิ้นสุดของชีวิต

การสูญสลายของร่างกายของมนุษย์นั้นมันหมายถึงการสิ้นสุดของการ
เป็นมนุษย์อย่างนั้นหรือ? ข้าพเจ้าจะตอบอย่างทันทีทันใดเลยว่า.......**ไม่ใช่**

มนุษย์ทั้งหมดทั้งหลายเชื่อว่ามนุษย์ทั้งหลายทั้งหญิงและชายที่เกิดมาใน
โลกนี้โดยได้มีโอกาสได้กินข้าว ดื่มน้ำและทำให้รู้จักกันและได้แต่งงานกันมี
การเลี้ยงดูบุตรและกาลเวลาผ่านไปส่งผลให้ได้พบกับความไม่มีอะไรเลยก็คือ
การสูญสิ้นร่างกาย หลักการพื้นฐานของมนุษย์นั้นคือการเกิดและตาย (เกิดแก่

เจ็บตาย) จากชีวิตหนึ่งถึงอีกชีวิตหนึ่ง (life time to life time) อย่างไรก็ตามมาจนถึงบัดนี้ก็ไม่สามารถจะลบล้างสิ่งที่คาใจได้เสียทีเดียวเกี่ยวกับมนุษย์นั้นเป็นมาอย่างไร ไม่สามารถที่จะเข้าใจได้ชัดเจนและทำให้คิดและลำบากใจ นี่คือชีวิตมนุษย์ ดูเหมือนการเกิดมากิน ๆ นอน ๆ อยู่แบบนี้ทุกวันมันช่างไม่มีความหมายเลยนะ และไม่มีจุดประสงค์อะไรเลยไม่มีความมุ่งหมายอะไรเลย มนุษย์รู้สึกว่าต้องมีบางอย่างที่สำคัญของชีวิต แต่เขาไม่รู้ว่านั่นคืออะไรและจะทำอย่างไรและเขาไม่มีความพยายามที่จะทำการหาคำตอบว่า**นั่นคืออะไร**

ความรู้สึกแบบนี้เป็นความรู้สึกของคนโดยทั่วไปคิด ซึ่งส่วนนั้นและก็ติดอยู่ในใจนิดหน่อยนั่นคืออะไรและก็จะลงมือดำเนินการให้ถึงจุดหมายถ้ามีโอกาสในเวลานั้นและใส่เข้าไปในส่วนลึกของจิตใจนั้นและก็จะเข้าใจเกี่ยวกับคามิและวิญญาณ ชีวิต ทั้ง 2 อย่างนี้คือการจะเปลี่ยนแปลงชีวิตและการที่จะศึกษาเรื่องต้นกำเนิดของความคิดก็จะส่งผลให้หยุดความคิดตลอดถึงทำให้มีความกลัดกลุ้มว่ามนุษย์มีชีวิตในโลกปัจจุบันได้อย่างไร

มนุษย์ส่วนใหญ่ก็ถูกกำหนดให้เป็นไปตามนั้น เป็นอย่างไร ก็คือภายในผลกรรมก็จะถูกให้ล่องลอยโดยใช้เวลาตามผลกรรมนั้น พวกเขาจะไปทางซ้ายบ้างทางขวาบ้างโดยการเคลื่อนไหวที่เป็นระลอกคลื่นของกรรมอย่างรุนแรง

อะไรคือสิ่งที่ยึดติดไว้ก็คือการที่มนุษย์อยู่ในวงเวียนของการเคลื่อนไหวที่เป็นระลอกคลื่นของกรรมและภายในคลื่นนั้นก็จะมีทั้งสุข ทุกข์ คลุกเคล้ากันไป และก็จะมีการลดผลกรรมลงไป

นั่นคืออะไร ที่มีรูปร่าง เค้าโครงก็คือเงา ของสิ่งที่ไม่มีรูปร่างถ้าใครมองเห็นสิ่งที่มีรูปร่างและไม่รู้ว่านั้นคืออะไรและสิ่งที่เป็นของจริงมีตัวตนและสัมผัสได้ก็เป็นของสิ่งหนึ่งนั้น ผู้นั้นก็จะเป็นผู้ที่ไม่เข้าใจจากคามิเหมือนกันและมีความเป็นทุกข์และก็จะเชื่อมโยงว่าถ้ามีการเปลี่ยนแปลงสังคมและเขาได้ตระหนักดีแล้วว่ามีการเปลี่ยนแปลงเฉพาะร่างกายและรูปร่างของสิ่งของสังคมมนุษย์ก็จะไม่มีการถูกใช้กำลังแย่งชิงกันเองไปจากการมีความทรมานทั้งทางร่างกายและจิตใจ แต่ถ้าว่าการเข้าไปยังส่วนนี้อย่างเดียวไปยังโลกของวัตถุ

และสสารหรือโลกของรูปร่างหรือร่างกาย ลักษณะ โครงสร้างสิ่งมีชีวิตและ
ระบบทั้งหมดเป็นความสูญเสียของมนุษยชาติ แน่ละเขาก็จะไม่สามารถรักษา
มันไว้ได้

มนุษย์ไม่ได้มีเฉพาะร่างกายเท่านั้นคามิชีวิตซึ่งมีอยู่ในจักรวาลมีอยู่
ทั่วไปทุกหนทุกแห่งในจักรวาลและถูกแบ่งถูกแยกออกเป็นพลังงานอย่าง
สร้างสรรค์และใส่เข้าไปในบุคลิกลักษณะเฉพาะตัวของแต่ละชีวิต

พลังงานที่ถูกแยกออกอย่างสร้างสรรค์นั้นเป็นพลังงานที่มีความสามัคคี
กันเข้ากันได้และเป็นมนุษย์ที่มีความพยายามอย่างที่สุด มีการต่อสู้ดิ้นรนและ
ดึงดูดไปในความคิดที่แสนวิเศษของคามิ พร้อมกับโลกของรูปร่างโดยความ
เกี่ยวพันซึ่งกันและกันและร่วมแรงร่วมใจกันกับคนอื่นบนตำแหน่งในพื้นราบ
เหมือนกับมีความเต็มและเป็นอิสระที่เป็นธรรมดา พวกเขาจะให้พลังงาน
โดยตรงนั่นคือมนุษย์

คามิ ซึ่งเป็นพลังงานในจักรวาล ที่เป็นต้นกำเนิดของสิ่งทั้งหลายทั้งปวง
ที่ทำให้เกิดขึ้นตามเงื่อนไขตามกฎเกณฑ์ ในเรื่องที่มีเท่านั้น เป็นตัวการสำคัญ
ของชีวิตมนุษย์และเป็นตัวการสำคัญเป็นตัวเอกของการสร้างที่มีอยู่ทั่วไปใน
ทุกหนทุกแห่งในจักรวาล มนุษย์ดำรงอยู่เป็นลูกของคามิซึ่งพยายามกระตุ้นให้
ชีวิตของคามิ เป็นโลกที่มีรูปร่างและมีลักษณะต่าง ๆ ของสิ่งต่าง ๆ บนจักรวาล
ถ้าคุณเข้าใจความสัมพันธ์ระหว่างมนุษย์กับคามิแล้วคุณก็จะมีชีวิตอยู่โดยไม่
สะทกสะท้านโดยสิ่งต่าง ๆ ที่มีการเปลี่ยนแปลงอยู่เสมอและไม่แน่นอนในโลก
ที่แสนวิเศษนี้

ต่อไปนี้ข้าพเจ้าก็อยากจะเขียนความสัมพันธ์นี้ใส่เข้าไปในรายละเอียด
ต่าง ๆ ให้มีความเป็นไปได้ในบทความที่เลือกขึ้นมานี้

บทความที่ 3

โลกแห่งความจริง

(โลกแห่ง Kami หมายถึง พลังงานทั้งหลายทั้งปวงที่อยู่เหนือจักรวาล) โลกแห่งจิตวิญญาณ โลกแห่งจิตใต้สำนึก โลกแห่งร่างกาย

ในเนื้อหาแต่ละ Chapter ข้าพเจ้าได้อธิบายกฎแห่งธรรมชาติของมนุษย์ในลักษณะทั่ว ๆ ไปและอาจจะมีอะไรที่ทำให้เข้าใจได้ยาก มาถึงในบทนี้ข้าพเจ้าอยากจะอธิบายให้ละเอียดมากยิ่งขึ้น

ในทางศาสนาศาสตร์ (ผู้ศึกษาเรื่องราวทางเทววิทยา) จะเป็นผู้ให้ความหมายของมนุษย์ว่ามนุษย์เป็นผู้เกิดมาชดใช้กรรมหรือแสดงผลกรรมและได้รับผลกรรมเป็นทฤษฎี กล่าวกันว่ามนุษย์ไม่สามารถหลีกเลี่ยงผลกรรม แต่ว่าข้าพเจ้าอยากเคลียให้เข้าใจว่าจริง ๆ มนุษย์ไม่ได้มาจากผลกรรมและไม่ได้เกิดมาชดใช้กรรมเก่า ทำไมล่ะ เพราะถ้ามนุษย์เกิดมาชดใช้กรรมยังเวียนว่ายตายเกิดอยู่อย่างนั้นก็จะไม่มีทางพบหนทางแห่งแสงสว่างได้เลยและถ้ามีชีวิตอยู่โดยมีความสุขบ้างมีทุกข์บ้างคละเคล้ากันไปแต่ความทุกข์จะมากกว่าความสุขไม่ใช่หรือถ้าเป็นอย่างนั้น ๆ มนุษย์จะพบกับความทุกข์และก็คือหมายความว่ามนุษย์ไม่ได้มาจากคามิ เพราะว่าไม่พบทางแห่งแสงสว่าง

ดูเหมือนว่านั่นเป็นโลกแห่งการปรากฏสิ่งที่ไม่ธรรมดาเอาเสียเลย โลกต้องพบกับกฎที่มีหลักการและสามารถมีผลสะท้อนออกมาได้ถ้าพวกเราคิดให้ลึก ๆ และเข้มแข็งก็จะสะท้อนผลให้ถึงคามิซึ่งจะพบจากก้นบึ้งของหัวใจของ

จิตใจของมนุษย์ พวกเราไม่สามารถที่จะพบหนทางแห่งแสงสว่างว่าธรรมชาติมนุษย์จะเป็นอย่างไร

ข้าพเจ้าจะอธิบายและดำเนินต่อไปว่ามนุษย์เป็นส่วนหนึ่งเป็นจิตวิญญาณส่วนหนึ่งของคามิ ซึ่งเป็นลูกของคามิหรือเป็นคามิ ในตัวของมนุษย์ผู้นั้นนั่นเอง ต่อไปนี้ข้าพเจ้าจะอธิบายว่ามนุษย์จริง ๆ จะเป็นอะไร อะไรที่ข้าพเจ้าเคยตระหนักและทำให้เห็นผลจริง ๆ ว่าเป็นส่วนหนึ่งของคามิจริง ๆ

มนุษย์จริง ๆ เป็นแสงสว่างที่แท้จริงที่ส่งมาจากจุดกำเนิดส่วนหนึ่งของคามิ แสงสว่างคือจิตใจ คามิ คือทุก ๆ สิ่งซึ่งเป็นอมตะมีอิสระที่ไม่มีที่สิ้นสุด มีความรักที่ไม่มีขอบเขตและมีชีวิตที่ไม่มีที่สิ้นสุด ซึ่งจะโดยวิธีใดก็แล้วแต่มนุษย์มีอิสระแต่มีขอบเขตก็จะไม่มีอะไรปรากฏให้เห็นในโลกแห่งรูปร่างนี้ ถ้ามีอิสระอย่างไม่มีสิ้นสุดก็จะมีอะไรเปลี่ยนแปลงได้ไม่มีที่สิ้นสุด โลกแห่งอิสระก็จะเป็นกาลนานไม่มีที่สิ้นสุดและโลกก็จะกลายเป็น โลกแห่งการมีขอบเขตและมีขีดจำกัด อย่างไรก็ตามมีการเปลี่ยนแปลงอย่างกระฉับกระเฉงมันก็จะยังหลงเหลืออยู่ 1 อย่าง อย่างนี้ความไม่มีที่สิ้นสุดก็จะกลายเป็นส่วนหนึ่งของการสิ้นสุดหรืออย่างน้อย การแบ่งแยกในตัวของมันเองนั้นก็จะเป็น 2 และหลังจาก 2 นั้นก็จะเป็น 4 โลกของรูปร่างและร่างกายจะไม่สามารถทำให้เกิดขึ้นได้เลย

คามิ จะเริ่มสร้างโลกแห่งรูปร่างโดยการสร้างแสงสว่างภายในตัวหลาย ๆ แสงสว่างอย่างรวดเร็วและกะทันหัน โดยการแผ่รัศมีและปล่อยแสงออกมาและผนวกเข้าเป็นหนึ่งเดียว จากเวลานั้นส่งกลับมาและนั่นคือ คามิ สามารถเริ่มสร้างกิจกรรมต่างๆ ได้แล้ว ครั้งแรกสุดก็จะกำหนดโดยแยกออกมาเป็นท้องฟ้าและพื้นดิน ปล่อยแสงออกมาโดยเรียกว่าทะเลแห่งความประเสริฐสุด โลกแห่งธรรมชาติ และกำหนดกิจกรรมของแต่ละชีวิตและกำหนดให้มีการเคลื่อนไหวกำหนดวิธีการท่าทางในการเดินต่าง ๆ และรัศมีอื่น ๆ ก็จะแผ่ออกมาเป็นโลกของสัตว์และยังคงรัศมีอยู่ จิตวิญญาณโดยตรง สร้างโลกมนุษย์

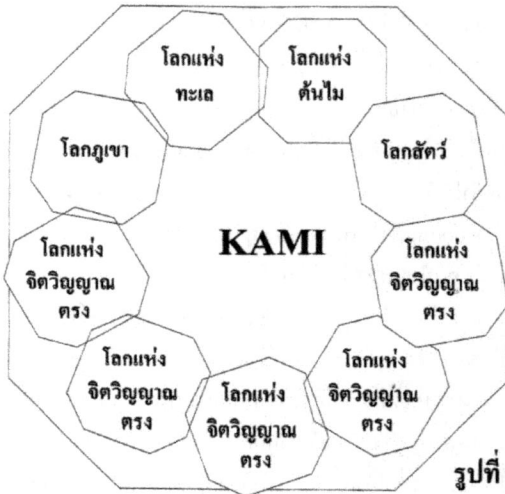

รูปที่ 1

ในที่นี้โลกของคามิเป็นหนึ่งเดียวและในเวลาเดียวกันก็จะมีหลาย ๆ อย่างเกิดขึ้น ขณะมีจิตวิญญาณโดยตรงซึ่งเป็นการแผ่รัศมีโดยตรง ซึ่งเป็นแสงสว่างที่แท้จริง กลายเป็นมนุษย์ หรือลักษณะของมนุษย์ซึ่งนั่นเป็นการทำให้เกิดผลกรรมครั้งแรก

จิตวิญญาณจะถูกแบ่งแยกแผ่รัศมีออกมากลายเป็นหลาย ๆ แบบหลายคลื่นเป็นโลกของจิตวิญญาณและได้รับมาจากการถูกกระสุนให้มีลักษณะเฉพาะออกไปโชะกุเระอิ Chokurei และทำให้เกิดเป็นจิตใต้สำนึกและโลกของร่างกายและในเวลานี้นั่นเองก็จะอยู่ในโลกของจิตสำนึกเปรียบเหมือนเสื้อผ้าก็จะเป็นเหมือนเสื้อผ้าที่คอยหุ้มร่างกายอยู่ซึ่งโลกของจิตใต้สำนึกก็จะอยู่ภายในร่างกายเหมือนร่างกายอยู่ภายในเสื้อผ้านั่นเอง

ในโลกของร่างกาย คลื่นที่เป็นแสงสว่างจะหยาบมากมีการเคลื่อนไหวที่ช้าและคลื่นหนักมาก ในโลกของจิตวิญญาณจะมีความประณีตมีคลื่นที่เบาและเคลื่อนไหวได้อิสระแต่ก็เป็นชั่วประเดี๋ยวประด๋าวที่มีการเคลื่อนที่ไปมาจากโลกของจิตวิญญาณ จิตวิญญาณแต่ละส่วนจะเริ่มหนักขึ้นซึ่งจริง ๆ จะเบามาก

แต่มีการเคลื่อนไหว จิตวิญญาณจริง ๆ มาจากคามิ ซึ่งผลิตมาจากแสงที่สะอาด
บริสุทธิ์และคลื่นของแสงนั้นจะถูกรวมกันเป็นเหมือนการกำลังจะสร้างตัวไหม
ซึ่งเป็นก้อนกลม ๆ และภายในก็จะถูกกำหนดให้เป็นตัวไหมและมีใยห่อหุ้ม
ตนเอง ส่วนจิตวิญญาณก็เช่นกันก็เปรียบเหมือนกับดักแด้ตัวเล็ก ๆ เหมือนตัว
ไหม และคลื่นของจิตวิญญาณก็เหมือนกันกับรังไหมที่พันรอบดักแด้ และก็
เปรียบเหมือนว่าคลื่นของแสงนั้นก็จะกลายเป็นสิ่งที่มีสิ่งที่เจือปนไม่สะอาด ซึ่ง
สิ่งนี้ก็เป็นเหมือนกฎเกณฑ์ของความสะอาดของกระแสน้ำที่เชี่ยวกรากและ
กระแสน้ำที่ไหลช้า ๆ เหมือนกัน

ในโลกของความมีลักษณะเฉพาะแต่ละบุคคลนั้นจริง ๆ มีต้นกำเนิดมา
จากการถูกสร้างมาจากคามิ ซึ่งตอนนั้นจะเบามากและหนักขึ้น ทำอะไรง่ายขึ้น
จากคลื่นของแสงและสะสมพอกพูนมากขึ้น ๆ จากจิตใต้สำนึกและทำให้เห็น
เป็นรูปร่างเป็นรูปธรรมมากขึ้นหลังจากนั้น ซึ่งจะลืมว่าตนเองมาจากไหนไป
ชั่วขณะ ลืมต้นกำเนิดของตนเองและเป็นตัวตนมากขึ้นทำอะไรอิสระมากขึ้น
และในเวลาเดียวกันมนุษย์ก็จะเริ่มมีการเข้มงวด เอาแต่ตนเองใช้ชีวิตตนเอง
โดยอิสระ ไม่คิดถึง คามิ คือตัวตนที่แท้จริง

แต่อย่างไรก็ตามความคิดหรือการสั่นสะเทือนการแกว่งของคลื่นของ
แสง นั่นคือการก่อให้เกิดกิจกรรมต่าง ๆ ที่เป็นจริงและสะท้อน (ความจริงที่ดีที่
วิเศษ) นั่นมันมาจากคามิความคิดนั้นเริ่มเกิดในจิตใจในภายหลัง และกระทำ
การต่าง ๆ มีการก่อกรรมขึ้นมาและเริ่มค่อย ๆ มีการสร้างผลกรรมต่าง ๆ ใน
ระดับเดียวกันและลืมความใสสะอาดของตนเอง หรือในคำพูดอีกหนึ่งอย่างคือ
มีอิสระในตนเองจากการถูกจำกัดขอบเขตในแต่ละวิญญาณซึ่งมีขอบเขตจำกัด
ของตนเองและอยากจะเป็นอิสระมากขึ้นอยากจะแยกตัวออกมาเป็นอิสระ
แทนที่จะขึ้นตรงคามิ จิตวิญญาณตรงซึ่งเป็นผู้เชื่อมโยง โดยตรงในแนวตั้งเป็น
เหมือนพ่อแม่ และในทางกลับกันจะเชื่อมโยงเองโดยเชื่อมโยงจากแนวนอน
(จิตวิญญาณข้าง ๆ ตนเอง) เป็นเหมือนพี่ชายน้องชายพี่สาวน้องสาว ซึ่งก็จะเริ่ม
มีการเรียนรู้โดยใช้การศึกษาที่ผิดและมีการสะสมพอกพูนผลกรรม

คามิกับมนุษย์

อย่างไรก็ตามก็จะมีการระลึกถึงการที่ว่าจะจำกัดตนเองให้อยู่ในขอบเขตและในขณะนั้นตนเองก็จะนึกและคามิก็จะปรากฏให้เห็นอย่างเลือนรางตนเองได้ระลึกถึงคามิและมองเห็นและรับทราบความจริงจากคามิหลังจากนั้นเขาก็จะขอร้องอ้อนวอนและสวดอ้อนวอนและก็ค้นพบว่าตนเองเป็นใคร นั่นคือการเริ่มต้นของนักบวชความสัมพันธ์ของมนุษย์กับ คามิจากบทก่อน ๆ ที่เขียนมาจะอธิบายในตัวอย่าง (อ้างถึง รูปภาพที่ 2)

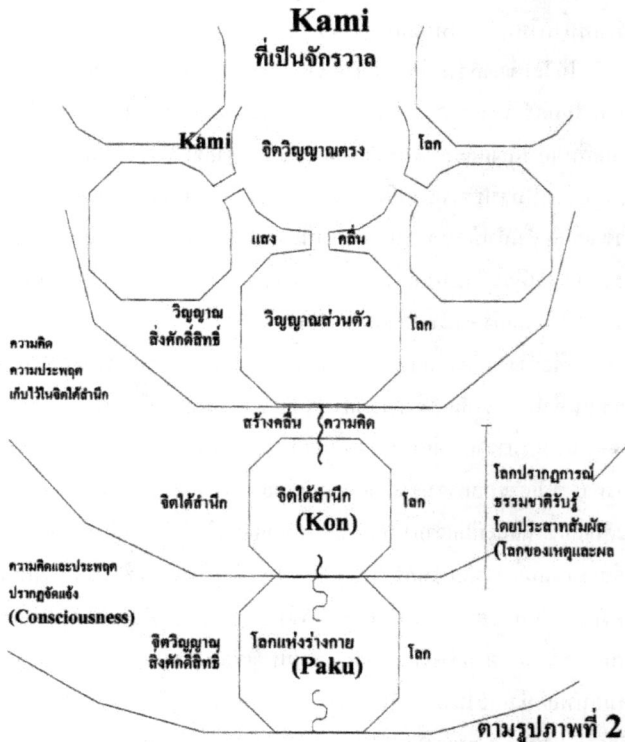

Kami
ที่เป็นจักรวาล
Kami

ตามรูปภาพที่ 2

ตามรูปภาพที่ 2 ในจิตวิญญาณแต่ละจิตวิญญาณ จะเกิดขึ้นและทำให้ดำเนินการตามแผนของวิญญาณที่เกี่ยวกับสิ่งศักดิ์สิทธิ์และส่งผลให้จิตใต้สำนึกและจิตใจของเขาเหล่านั้นและเธอ (ความคิด) และด้วยเหตุนี้โลกของจิตใต้สำนึกได้ถูกสร้างขึ้นแล้ว และจิตใต้สำนึกนั้น ได้มีการเก็บเรื่องราวต่าง ๆ ถูกบันทึกไว้ทั้งดีและไม่ดีมันคือสิ่งที่เก็บสะสมของผลกรรมหรือจดจำไว้ ซึ่งมีการสะสมของผลกรรมไว้ในจิตใต้สำนึกและถูกจับไว้ในสมองของโลกของร่างกายและกลายเป็นความคิดซึ่งแต่ละความคิดก็จะถูกสั่งให้กระทำการใด ๆ การสะสมนี้เรียกว่า จิตใต้สำนึก และถ้าอยู่ในสมองก็จะถูกเรียกว่า ความมีสติ

ท่านคงเคยมีประสบการณ์แบบนี้มาแล้ว เช่น การโกรธ ทั้ง ๆ ที่ไม่คิดว่าจะโกรธเลยหรือไม่มีความสุขทั้ง ที่มีความสุข ทั้งหมดมาจากจิตใต้สำนึกและโลกของจิตใต้สำนึก

ลำแสงหรือคลื่นนี้จะโคจรและสะสมและเกิดการคิดการกระทำผลกรรมชั่วทำให้เกิดเรื่องเคราะห์ร้าย ซึ่งการสะสมนั้นจะมีความสนุกสนานบ้าง ปลื้มปีติบ้าง ดีใจบ้างเหมือนกับวงล้อรถที่หมุนไปเรื่อย ๆ จะเรียกการเกิดปรากฏการณ์นี้ว่าเป็นผลกรรมในโลกมนุษย์ข้าพเจ้าจะอธิบายอีกนิดหน่อย

จากที่เขียนขึ้นในบทความก่อน ๆ ว่าจิตใต้สำนึกและโลกของการทำให้เห็นเป็นรูปร่างโดยเฉพาะแต่ละบุคคลก็จะเหมือนกับการกำลังจะสร้างโลกของสัตว์ (ทะเล,ต้นไม้,ภูเขา) มีกฎเกณฑ์เหมือนกัน ซึ่งมีการสร้างมาจากคลื่นของแสงที่สร้างมาจากคามิ มีกระบวนการเหมือนกันและพูดอีกอย่างหนึ่งคือคลื่นของแสงเป็นสิ่งที่เล็ก ๆ อย่างค่อยเป็นค่อยไปเป็นกระบวนการจากจิตวิญญาณจนถึงชั่วกัลป์ ชั่วนิรันดร์ ไม่มีที่จำกัดและสุดท้ายก็เป็นตามความคาดหวังจากสวรรค์ถึงชั้นที่เกี่ยวกับธาตุ (ที่มีอะตอมเล็ก ๆ และที่เกี่ยวกับคลื่นแม่เหล็กไฟฟ้า)

จิตวิญญาณที่บริสุทธิ์จากคามิจะแผ่รัศมีและสร้างจิตวิญญาณและสร้างโลกภูเขา ทะเล แม่น้ำ โลกของสัตว์ โดยแต่ละโลกจะประสานงานกันโดยให้

ความร่วมมือกันสร้างสิ่งมีชีวิตออกมาและเดินหน้าไปจากเวลานั้น และสร้างจิตวิญญาณ จิตใต้สำนึกร่างกายมีตัวตน

สรุปแล้วก็มีกระบวนการสร้างที่เหมือนกัน นั่นเป็นความสุขุมของคลื่นของแสงและความเป็นจริงนั้นคือโลกของร่างกายได้ถูกแต่ง ถูกปรับโดยอะตอม (สิ่งที่เล็กมาก ๆ) เป็นกฎเกณฑ์เหมือนกันกับการสร้างโลกธรรมชาติ แต่ว่าที่ไม่เหมือนกันมาก ๆ คือ สัตว์ ภูเขา ทะเล ต้นไม้ ก่อนที่จะสร้างที่เป็นคลื่นแสงนั้นไม่มีจิตใต้สำนึกแต่มนุษย์มี (สติ ปัญญา มีเหตุผล มีอารมณ์ที่เกิดขึ้นมาอย่างอิสระ โดยถูกสร้างขึ้นมาอย่างเดียวไม่ได้สร้างขึ้นมาเองบางส่วนก็มี) สร้างมาพร้อมกับร่างกายของมนุษย์

อย่างไรก็ตามมนุษย์ก็ได้สร้างเอง ซึ่งสิ่งนี้เป็นสิ่งที่สำคัญมากและคำกล่าวของพระพุทธเจ้านี้เป็นจริงหรือที่ได้กล่าวไว้ว่ามนุษย์เป็นเหมือนเนื้อที่คั่วสุกและเป็นทรัพย์สมบัติที่มีค่าน่าพิศวงอย่างแน่นอน นั่นเป็นจริงหรือซึ่งนั่นคือมนุษย์เกิดมาเป็นเรื่องที่น่าพิศวงและไม่ใช่เรื่องยากเมื่อตายไปแล้วเกิดใหม่อยากจะทำให้ดีขึ้นนั้นไม่ใช่เรื่องง่าย มันยากมากดังนั้นเกิดมาแล้วก็พยายามสร้างคุณงามความดี ไม่สร้างผลกรรม ไม่สะสมผลกรรม นั้นเป็นสิ่งที่สำคัญมาก ซึ่งนั่นเป็นสิ่งที่พวกเราจะต้องตระหนักให้มาก ๆ ถึงเรื่องนี้ สัตว์โลกทั้งหลายทั้งปวงได้อยู่ภายใต้การบังคับบัญชาของคามิ ถ้าสัตว์โลกผู้ใด ได้ฝืนคำสั่งของคามิและพวกเขาจริง ๆ มีแหล่งกำเนิดมาจากคามิ พวกเขาได้รับอิสระไม่ถูกบังคับบัญชา และพวกเขาก็จะรู้สึกลึก ๆ ว่าทางออกของพวกมนุษย์จะคืออะไรกันแน่

โลกของแต่ละบุคคลนั้นจริง ๆ มีต้นกำเนิดมาจาก 3 โลก คือ จิตวิญญาณ จิตใต้สำนึกร่างกาย รวมกันก็แสดงให้เห็นชัดออกมาเป็นตัวตนและแต่ละบุคคลไป ซึ่งเป็นสสารที่เป็นอมตะใส่เข้าไปในจิตใต้สำนึกและโลกของร่างกาย

จริง ๆ แล้วมนุษย์มีจิตใจ (จิตใต้สำนึก) มีร่างกายมีสมองคอยสั่งงาน แต่จริง ๆ มีจิตวิญญาณเหมือนในโลกของวิญญาณแต่เราไม่รู้มองไม่เห็น เพราะว่า

โกะอิ มาซะฮิสะ

ผลกรรมที่หนักนั่นเอง มีการรับรู้ประสาทสัมผัสทั้ง 5 คือรูป รส กลิ่น เสียง
มีจิตมีเหตุผล สติ ไหวพริบ ความฉลาด ความรู้สึก ลางสังหรณ์ สำนึก แต่ว่า
ส่วนของจิตวิญญาณเป็นส่วนหนึ่งมาจากคามิ บางครั้งก็ทำให้สำนึกถึงต้น
กำเนิดของตนเอง คามิและมีจิตสำนึกทำให้รู้จักคิดว่าอะไรเป็นอะไร ดังนั้น
ความรู้สึก การรับรู้สิ่งต่าง ๆ จึงถูกส่งผ่านมาหรือเรียกว่า ความรักที่ไม่ทำให้
เกิดความผิดหวังและทำให้เราเห็นเป็นรูปร่างมีการแสดงออกมาเป็นรูปธรรม
และทำให้มีความสัมพันธ์เป็นสามี ภรรยา พี่ชายน้องชาย ซึ่งก็ขึ้นอยู่กับความรัก
ของตนเองว่าเป็นเช่นไร มีรักอย่างเดียวและแสงสว่างจากคามิ และรักทำให้เกิด
ความรู้สึกมีการแสดงออกมาในรูปต่าง ๆ และทำให้มนุษย์ค้นพบความรัก

ในโลกของรูปร่างมีวัตถุและรูปแบบทำให้เราลืมไปชั่วขณะว่าจริง ๆ
ตนเองมีแสงสว่างที่บริสุทธิ์จากคามิและสิ่งที่มีรูปร่างและทำให้มนุษย์มองไม่
เห็น จิตวิญญาณของตนเอง แต่ในส่วนลึกของมนุษย์มีแสงสว่างที่บริสุทธิ์

ในจิตใจของคามิ ได้มอบความรักที่แสนบริสุทธิ์และให้ความสุขและอีก
ด้านหนึ่งคือการผูกพันการยึดติดซึ่งทั้ง 2 สิ่งนี้จะเป็นตัวตัดสินว่ามนุษย์จะมี
ความสุขหรือไม่

บทความที่ 4

เกี่ยวกับจิตวิญญาณโดยตรงจากสิ่งศักดิ์สิทธิ์ และเกี่ยวกับผู้คุ้มครองทางวิญญาณโดยตรง จากสิ่งศักดิ์สิทธิ์

ดังได้กล่าวมาแล้วในบทความก่อน ๆ แล้วว่ามนุษย์มาจากคามิ แต่จริง ๆ ปัญญาจะสามารถทำการกำจัดผลกรรมออกไปได้หรือไม่นั้นและจะมีหนทางอย่างไรจึงจะสามารถกำจัดออกไปได้

ดังนั้นผลกรรมไม่สามารถกำจัดออกไปได้อย่างตรง ๆ ได้เป็นเหตุให้เกิดผลกรรม มันเกิดมาโดยการที่เราก็สามารถรู้ได้เพราะเราได้เจอกับมันทุก ๆ วัน มีการทะเลาะเบาะแว้งกันมันกระตุ้นให้เราอยากได้สิ่งนี้อย่างไม่รู้จบและปรากฏการณ์ธรรมชาตินี้จุดจบก็คือเป็นโลกของผลกรรม

แต่ในโลกปัจจุบันนี้เป็นโลกแห่งรูปร่างและมีผลกรรมรวมอยู่ด้วยในร่างกายนั้น ๆ แน่นอนมันจะเป็นสิ่งที่ไม่ง่ายเลยที่เราจะกำจัดผลกรรมออกไปได้อย่างชัดเจนหรือจะพูดอีกอย่างหนึ่งก็คือแทบจะเป็นไปไม่ได้เลยที่จะใช้อำนาจ กำลังขับผลกรรมออกจากตนเองอย่างเดียวนี่เป็นกฎเกณฑ์อย่างหนึ่งที่เกิดขึ้นคือผลกรรมเมื่อได้ก่อไปแล้วก็จะกลับมาหาตนเองเช่นเราไม่ชอบคนนี้มาก ๆ ก็เป็นผลกรรมและก็ต้องมีสาเหตุมันเป็นกฎเกณฑ์ที่ตายตัวอยู่แล้วเหมือนกับเวลาที่ผ่านไปเรื่อย ๆ ผลกรรมและสิ่งที่เกิดขึ้นและระดับของผลกรรมก็จะเริ่มหนาขึ้น ๆ จนเกินกว่าที่แก้ไขได้

การถือตนเป็นที่ตั้งของโลกแห่งร่างกายมนุษย์นั้นจะแยกออกจากร่างกายมันเป็นคลื่นอย่างหนึ่งและทำให้เกิดความคิดถือเอาตนเองเป็นที่ตั้งและแยกออกระหว่างตนเองและผู้อื่นและการถือตนเองเป็นที่ตั้งนี้และก็ต้องการที่จะแยกตนเองออกไปนั้นเป็นเหตุการณ์ที่เกิดขึ้นและเป็นเหตุให้เกิดการต่อต้านและเกิดปฏิปักษ์ขึ้นมา

และนอกเหนือจากนี้ ลักษณะเฉพาะบุคคลนั้นจะมีผลทำให้เกิดการเพิ่มขึ้นและลดลงของความโลภ ส่งผลทำให้เกิดความได้เปรียบเสียเปรียบว่าจะได้ประโยชน์อะไรบ้าง จะมีผลประโยชน์อะไรบ้างและจะกลับมาดูเหตุของผู้หญิงกับผู้ชายเหมือนกับการจะได้อะไรต่อมิอะไรลืมไปว่าตนเองจะทำอย่างไรให้มีความสุขพ้นจากผลกรรมจะมองเฉพาะครอบครัวและญาติพี่น้องของตนเองจะทำให้มีการเห็นแก่ตัวมากขึ้น ๆ

ในเวลานั้นคามิ ก็จะแผ่กระจายรัศมีใหม่ ๆ มาจากเบื้องบนนั่นคือ คามิที่เป็นส่วนที่เป็นจิตวิญญาณ จิตวิญญาณที่คามิ สร้างขึ้นมาตั้งแต่ตอนแรก ๆ ซึ่งไม่มีรูปร่างเหมือนตัวร่างกายมนุษย์ โลกของรูปร่าง, ร่างกายมนุษย์ (บางครั้ง) จะไม่รู้ว่าตนเองมาจากไหนมีผลกรรมอะไรหลงลืมในการทำกรรมดีไปชั่วขณะ จิตวิญญาณก็จะมาช่วยให้เขาและกลายเป็นส่วนหนึ่งของ ร่างกายที่มีจิตวิญญาณที่ใสสะอาดขึ้นคือมาช่วยชีวิตให้หลุดพ้นจากผลกรรมและมาปกป้องเราและเรียกว่า (ผู้คุ้มครองทางจิตวิญญาณก็ได้) หรือเรียกอีกอย่างหนึ่งว่า ผู้ช่วยเหลือทางจิตวิญญาณ เหมือนเป็นหัวหน้าทางจิตวิญญาณและอีกอย่างหนึ่งเรียกว่า โลกของจิตวิญญาณ

จิตวิญญาณเป็นจิตวิญญาณที่ใสสะอาดและจะส่งแสงลงมาโดยตรงซึ่งอยู่เบื้องบนและก็ขึ้นอยู่กับว่าผู้นั้นจะมีผลกรรมเป็นเช่นไรจะมีผู้ช่วยเหลือทางจิตวิญญาณและอีกผู้ช่วยเหลือหนึ่งคือหัวหน้าผู้ช่วยเหลือทางจิตวิญญาณให้ผู้นั้นมีหน้าที่การงานที่ดีขึ้น

เมื่อผู้คนได้รับปรีชาญาณหยั่งรู้ภายในหรือความคิดที่เป็นมงคลที่เกิดขึ้นในบัดดลแรงดลใจซึ่งเป็นการดลบันดาล นั่นคือผู้นั้นได้รับจากผู้ช่วยเหลืออย่างเป็นไปแบบธรรมชาติทางด้านจิตวิญญาณ

การบังเกิดแก่เขาเหล่านั้นที่เป็นแบบนี้ในบางครั้งจะเป็นไปแบบธรรมชาติมาก ซึ่งมีหลาย ๆ กรณีมาก ๆที่จะมาช่วยเหลือนั้น ซึ่งไม่มีเจตตาที่จะแสดงให้เห็น ซึ่งเป็นเหมือนกับเวลาที่คุณไปเยี่ยมเพื่อนที่บ้านซึ่งไม่มีแผนการที่จะไปแต่มีเหตุการณ์ที่ทำให้ไปได้โดยบังเอิญ นั่นเป็นเพราะว่าผลแห่งการมาช่วยเหลือของเบื้องบนนั่นเอง หรือในบางครั้งคุณได้รับสิ่งที่ไม่น่าเชื่อ เช่น เวลาคุณขับรถไปที่แคบ ๆ และลำบากมากแต่ทำให้หลบหลีกได้โดยง่ายดาย เป็นต้น

ในเหตุการณ์ที่เกิดขึ้นแบบนี้ส่งผลถึงปัจจุบันหมายความว่า ผลกรรมในอดีตมีผลในปัจจุบัน การที่คน ๆ หนึ่งเกิดมาไม่ใช่มีแต่ร่างกายเท่านั้น เหมือนที่ท่านกำลังคิด ๆ กันอยู่ แต่ว่ามีผลถึงกันแต่ประกอบด้วยการรวมกันของระบบจากเบื้องบนด้วย

ต่อไปนี้ข้าพเจ้าจะอธิบาย (เขียนเกี่ยวกับชีวิตและการตายของมนุษย์และสิ่งที่มีชีวิต)

จะเกิดอะไรขึ้นถ้ามนุษย์ตายไปแล้ว ?

และก่อนที่ข้าพเจ้าจะเกิดขึ้นมาข้าพเจ้าเป็นอะไร?

จากหลาย ๆ ข้อความที่เขียนมาข้าพเจ้าสันนิษฐานว่าคงจะพอทราบคำตอบทั้ง 2 คำถามกันบ้างแล้วใช่ไหมว่ามนุษย์มาจากไหน และจะเป็นอะไร

แต่ว่าต่อไปนี้จะทำให้ท่านทราบรายละเอียดในการอธิบายได้มากขึ้นและทำให้เข้าใจได้ง่ายขึ้น ๆ สำหรับคุณที่จะกำจัดผลกรรมออกไปได้และขอให้ข้าพเจ้าอธิบายนะ

ในสังคมทุกวันนี้ทุกคนเชื่อว่าสิ่งนั้นถ้าทุกคนตายไปนั่นคือทุก ๆ อย่างก็จบ เขาคิดว่าร่างกายสูญเสียไปแล้วทุกอย่างก็จะจบลง นั่นคือไม่มีอะไรที่ปิดบังหรือซ่อนเร้นชีวิตมนุษย์ไปได้มากกว่าความคิด เพราะว่าเขาคิดว่ามันจบถ้าไม่มีร่างกาย

ถ้ามนุษย์ได้เสียชีวิตไปแล้วแน่นอนมันไม่สามารถจะเก็บร่างกายไว้ได้เลย ซึ่งนับเป็นร่างกายที่จริงของมนุษย์ผู้นั้นแต่มันจะกลายเป็นขี้เถ้า นั่นคือมันมาจากร่างกายมนุษย์มาจากเตาที่มองดูแล้วและนั่นคือการสิ้นสลายการจบไปของร่างกายตลอดไป

แต่ว่ามนุษย์จะไม่กลับมาเกิดใหม่อีกครั้งหนึ่งหรือ?

เมื่อมนุษย์สูญสิ้นร่างกายไปมันหมายความว่าเซลล์ต่างของร่างกายได้ถูกแยกออกจากส่วนอื่น ๆ แล้ว ร่างกายมีการสร้างมาจากเซลล์ต่าง ๆ หลาย ๆ ล้านเซลล์

ในคำพูดอื่น ๆ คือ แสงสว่าง (ความคิด) ได้ถูกสร้างจากเบื้องบนและก่อให้เกิดร่างกายโดยการแบ่งแยกทางกลไกจากจักรวาลและเหมือนกับเวลาที่แสงสว่าง (ความคิด) จากเบื้องบนที่กำลังจะสร้างโลกของรูปร่างแต่ในขณะนั้นเกิดการหยุดการทำงานอย่างกะทันหันก็จะส่งผลให้รูปร่างที่กำลังจะสร้างนั้นหายไป (ไม่มีการเกิดขึ้น)

จะยกตัวอย่างขั้นตอนการตายของมนุษย์คือ เหมือนกับเวลาที่มนุษย์สวมเสื้อผ้าและเสื้อผ้านั้นก็คือจิตวิญญาณ ถ้ามนุษย์กลายเป็นเถ้าถ่านแล้ว เสื้อผ้าก็ยังอยู่ หมายความว่ามนุษย์ถูกเผาไปแล้วแต่เสื้อผ้ายังคงอยู่ฉันใดร่างกายของมนุษย์ก็ฉันนั้น คือร่างกายก็ถูกหุ้มด้วยจิตวิญญาณ ในเมื่อร่างกายสูญสิ้นไปแล้วจิตวิญญาณยังอยู่แน่นอน และเสื้อผ้านั้นก็เหมือนไม่มีอะไรจะมาให้สวมใส่แล้วส่งผลให้ร่างกายกลายเป็นขี้เถ้าแต่มันก็ไม่นานเกินไป

ไม่มีใครสวมใส่เสื้อแจ็กเก็ตนั้นแล้ว ผู้สวมใส่ได้สูญสิ้นไปแล้วเกิดอะไรขึ้นนั่นคือ โลกมนุษย์ใครเป็นผู้สวมใส่มันล่ะ หรือผู้ครอบครองมีการโยกย้ายไปโลกอื่นคือจากโลกนี้แล้วเท่านั้นข้าพเจ้าจะเรียกว่า ฮากุ (Haku) เป็นการส่งตรงมาจากระบบการสร้างโลกของร่างกายหรือการสร้างวัตถุ

จิตวิญญาณเฉพาะบุคคลที่เคยอยู่ในร่างกายมนุษย์และได้ไปอยู่ในโลกของจิตใต้สำนึกในชั่วขณะหนึ่งชีวิตมนุษย์ที่อยู่ในโลกจิตใต้สำนึกจะ

เหมือนกับ โลกของร่างกายแทบทั้งสิ้นเลยเพียงแต่ว่ามีการสั่นสะเทือนของโลกจิตใต้สำนึกที่ละเอียดมาก ๆ ละเอียดกว่าโลกของร่างกาย

ที่เป็นแบบนี้เพราะว่าในโลกของจิตใต้สำนึกก็เลยดูเหมือนว่าถ้ามีอะไรที่คิดออกมาก็จะเกิดขึ้นอย่างฉับพลัน ซึ่งมันแตกต่างจากโลกของร่างกายที่มีอะไรที่คิดและจะทำอะไรจะช้า จะไม่เกิดขึ้นอย่างฉับพลัน มันอาจจะเป็นความคิดที่เกิดขึ้นอย่างกะทันหันแต่หาได้เป็นไปตามเรื่องที่คิดไม่ ถ้าความคิดคุณคิดไม่ดีผลก็จะไม่ดีหรือเพื่อชำระล้างบาป เป็นวิบากกรรม คุณก็จะได้รับอย่างที่คิดคือการพ้นทุกข์ทรมานนั่นเองที่เป็นเช่นนี้เพราะว่าในโลกของร่างกายถ้าคุณรู้สึกไม่ชอบใครก็จะไม่สามารถรู้ได้ว่าเขาเป็นเช่นไร ดีหรือไม่ดี อย่างน้อยคุณก็จะต้องโชว์หน้าตาและถ้าคุณคดโกงใครก็จะไม่สามารถรับรู้ความจริงได้เร็ววัน และบางกรณีก็จะไม่เป็นเช่นนั้นเสมอไป (ถ้ามีจิตใจสกปรกก็จะได้รับสิ่งที่ไม่ดีทันที ได้คิดดีก็จะได้ผลในทันที)

ในโลกของจิตใต้สำนึก ความคิดจะเกิดขึ้นเร็วมาก ผสมกับโทสะและเศร้าใจ จะเกิดผลอย่างกะทันหัน อย่างทันทีทันควัน ซึ่งนั่นคือถ้าใครรู้สึกไม่ชอบก็จะเกิดขึ้นอย่างทันควัน ความคิดที่เกิดขึ้นทั้งหมดจะไม่ชอบ , เศร้าใจ , เสียใจ และไม่ซื่อสัตย์อย่างทันทีทันควันกลายเป็นจุดเริ่มต้นและเป็นผลทำให้เกิดเงื่อนไขของความทุกข์ความเจ็บปวด

ประสบการณ์ที่เกิดขึ้นทั้งหมดก็จะพยายามที่จะชำระล้างความไม่ซื่อสัตย์ความคิดไม่ดีทั้งหมด และก็จะถูกแบกภาระได้กระทำผลกรรมไม่ดีไว้ในโลกของจิตใต้สำนึก (โลกวิญญาณ) นั้น เป็นอย่างไรก็จะถูกบันทึกไว้และมาใช้ผลของวิบากกรรมในชาตินี้ ซึ่งก็จะมีการแสดงให้เห็นคุณค่าของประสบการณ์ที่เกิดขึ้น คือจะกลับมาใหม่ในโลกของร่างกายพร้อมกับเป็นบุคคลที่สูงส่งและมีสภาวะที่มีความเป็นอยู่ที่เหนือกว่าครั้งก่อน ครั้งนี้ก็จะมีชีวิตที่มีความเป็นอยู่ที่ดีกว่า ซึ่งในเหตุการณ์นี้หลังจากมนุษย์ผู้นั้นได้เคยไม่ซื่อสัตย์ มีจิตใจสกปรก ก็จะถูกบันทึกไว้และเมื่อกลับมาเกิดใหม่หลาย ๆ ครั้งก็จะมีวิบากกรรมจะล้างบาปไปในที่สุดและก็จะกลายเป็นคามิ ในที่สุด

ในจิตวิญญาณเฉพาะบุคคลที่อยู่ในโลกจิตใต้สำนึกจะเรียกว่า **เระ-อิ-กง** (Reikon) ซึ่ง เระ-อิ (Rei) ก็หมายถึงวิญญาณ (คลื่นแสงจากคามิ) ในขณะที่คง (Kon) ก็จะหมายถึงสภาพที่มีสภาพมองไม่เห็นมีสภาพเป็นคลื่นเกี่ยวกับ สวรรค์ ซึ่งอยู่เหนือโลกมนุษย์ ในขณะที่โลกของร่างกาย, โลกของจิตวิญญาณ เฉพาะบุคคลก็จะเรียกว่า **คอนปาคุ** Konpaku (วิญญาณที่อยู่บนสวรรค์) เป็น โลกของร่างกายที่มองไม่เห็นอยู่บนอากาศชั้นสูง

และถ้าจะพูดอีกอย่างหนึ่งก็คือ จิตวิญญาณคือคามิ ในขณะที่คอนปาคุ (Konpaku) (วิญญาณที่บนอากาศชั้นสูงมีสภาพมองไม่เห็นมีสภาพเป็นคลื่นอยู่ เหนือโลกมนุษย์) ก็คือ คามิค Karmic (กรรม) ซึ่งทั้งหมดรวมกันก็คือ มนุษย์ ซึ่งดูเหมือนว่าจะมีการแสดงให้เห็นอย่างชัดเจน พิสูจน์ได้เห็นจริง ชั่วขณะ ในขณะที่มันมีหน้าที่ มีลักษณะเฉพาะเพื่อเติมเต็ม

ดังนั้นด้วยเหตุนี้เองจิตวิญญาณก็จะมีความหมายคือ คามิในตัวและใน ชีวิต จริงในโลกของร่างกายก็จะถูกรวมเป็นเชื้อสายกันเป็นหนึ่งเดียวมาเป็น คา รุมิค เวิลด์ (Karmic World) คือโลกของวิญญาณที่มีร่างกายคือโลกที่ทำให้ เกิดผลกรรมและมีผลลัพธ์ (มีความรู้สึกที่เกิดขึ้น) พวกเราได้อธิบายว่าเป็น เหมือนคอนปาคุ (Konpaku)

จริง ๆ มนุษย์หนึ่งคนก็คือ **จิตวิญญาณ + วิญญาณ**คือหมายถึง คอน Kon นั่นเอง ซึ่งมีอยู่ตั้งแต่ดั้งเดิมโดยธรรมชาติ ถูกรวมให้เป็นรูปร่างที่สมบูรณ์และ ถูกเติมเต็มให้สมบูรณ์และหมุนเวียนว่ายตายเกิดอยู่อย่างนี้โดยชั่วนิรันดร์ (เป็น อมตะชั่วกาลนาน) โดยที่จิตวิญญาณ คามิ นั้นจะไม่มีวันตาย

แต่ว่าการเกิดผลกรรมก็คือเกิดจากคลื่นของแสงและมีพลังทำให้เกิด ความคิดอยากจะทำสิ่งนั้นสิ่งนี้ จนก่อให้เกิดเป็นสาเหตุให้เกิดผลสะท้อน ตามมาโดยมีพลังอำนาจในการให้คน ๆ นั้นได้กระทำสิ่งต่าง ๆ ซึ่งมูลเหตุนี้เอง และการเกิดเหตุนี้เอง วงจรของผลกรรมก็เกิดขึ้นมาส่งผลให้จิตใต้สำนึกและ ร่างกายทำงานประสานงานกันหรือพูดอีกอย่างคือ การมีผลสืบเนื่องมาจากการ

เวียนว่ายตายเกิด เกิดขึ้นมาเพื่อชดใช้ผลกรรมมีวิบากกรรม หลังจากตายแล้วก็กลับมาเกิดใหม่อีกและเป็นอย่างนี้เรื่อยไป

ถ้าจะพูดถึงศาสนาพุทธก็คือมนุษย์ก็จะมีลักษณะสำคัญพื้นฐานคือ พระพุทธเจ้า ซึ่งมีความหมายว่าไม่ว่าความสับสนอะไรก็ตาม สิ่งใดสิ่งนี้ ทุกสิ่งทุกอย่างก็คือ ผลกรรมและผลที่มนุษย์จะได้อะไรเป็นอะไรความพอใจหรือสนองความต้องการ ทุกอย่างทำมาเพื่อตอบสนองความต้องการของชีวิตของคามิส่วนตัว

สิ่งที่ข้าพเจ้าพูดก็คือมนุษย์เป็นจิตวิญญาณและเป็นแสงสว่างของจิตวิญญาณที่ส่องแสงตรงมาจาก คามิ และเป็นแสง (ชีวิต) ของโลกของคามิในตัวของมันเอง

แม้ว่ามนุษย์จริง ๆ จะมีการโต้แย้งกันว่าเป็นโลกธรรมชาติมนุษย์ที่ดีหรือเป็นสิ่งที่ชั่วร้ายสิ่งเหล่านี้เป็นจริงหรือหรือไม่เป็นจริง ซึ่งไม่เป็นทั้ง 2 สิ่งเลย ไม่ใช่เป็นการจะตัดสินว่าอะไรทั้ง 2 อย่าง

จริง ๆ มนุษย์เป็นโลกของคามิไม่ใช่ว่าดีหรือไม่ดีมนุษย์เกิดมาจากความประสงค์และสร้างสรรค์ของคามิที่เป็นนิรันดร์ คามิและทำให้เกิดการกระทำต่าง ๆ และสนองความต้องการเพื่อให้เกิดการประจักษ์ในคามิ ความดีและความชั่วจะผสมคละเคล้ากันไปและมีการขัดขวางกันก่อให้เกิดความโศกเศร้าความเจ็บปวดในช่วงเวลาระหว่างนั้น ซึ่งเป็นปรากฏการณ์ธรรมชาติของมนุษย์

ผลของการกระทำต่าง ๆ จะปรากฏให้เห็นเป็นความชั่ว (เงาของแสงที่สว่างที่ส่องลงมา) เป็นครั้งคราวซึ่งมันผิดธรรมดาเป็นปรากฏการณ์ที่เกิดขึ้นและดูเหมือนมันจะดีมาก ๆ ในบางครั้ง (แสงนั้น) คือเกี่ยวกับกระบวนการของตัวมันเองส่งผลให้ดูเหมือนสิ่งที่ดีก็ดูเหมือนดีมาก และสิ่งที่ไม่ดีก็ดูเหมือนดีผลรวมทั้งหมดคือดี หรือแสงสว่างเป็นกระบวนการที่เกิดขึ้นในตัว

จากบทความก่อน ๆ ที่เคยกล่าวไว้ว่ามนุษย์เกิดจากแสงสว่างที่ใสบริสุทธิ์จากคามิโดยถูกรวมกันของจิตใต้สำนึกและร่างกายเป็นกระบวนการที่

เกิดขึ้นมาคามิ พร้อมกับแสงที่มีจำนวนอเนกอนันต์จิตวิญญาณที่เกิดขึ้น ที่มาด้วยกันและในระหว่างนี้ก็เกิดผลกรรมเกิดจากคลื่นความคิดของแสงเหล่านี้

การส่องประกายของแสงนั้นดูเหมือนว่ากระบวนการส่องของคามิส่องมาผิดหรือเปล่านะ ซึ่งเป็นนิรันดร์ จนเกิดทำให้หลายคนเกิดความสงสัยคลางแคลงใจในจุดนี้ ข้าพเจ้าอยากจะอธิบายโดยย่อดังนี้

เงื่อนไขนี้จะเป็นการชี้แจงเกี่ยวกับเงาและแสงสว่างในคำพูดอีกอย่างคือ ความดีคือความตรงไปตรงมา ความจริงใจ ความชั่วร้าย คือความเลว ในช่วงเวลาหนึ่งระหว่างที่มีการสร้างของกระบวนการสร้าง จิตวิญญาณเป็นการถูกทำให้แกว่งเกี่ยวกับมีผลกรรมในชั่วขณะช่วงนั้นและส่งผลถึงร่างกายและส่งผลให้ธรรมชาติของความจริงได้หายไป (ผิดธรรมชาติ) นี่คือเป็นกระบวนการที่คามิพยายาม กำลังจะสร้างจิตวิญญาณเป็นกระบวนการสร้างที่มีลักษณะการรวมกันของคามิในรูปของการให้ได้มาโดยประสาทสัมผัส (จิตใต้สำนึก + ร่างกาย) ซึ่งมันถูกส่งมาจากกระบวนการของคามิ

แต่ว่าตั้งแต่เริ่มแรก ๆ นั้น มันเกิดจากกระบวนการกำลังจะสร้างของคามิ ก็จะถูกการช่วยเหลือ ซึ่งถ้าจิตวิญญาณใดมีเรื่องขุ่นเคืองก็จะถูกช่วยจากกระบวนการจากเบื้องบนและให้ช่วยชำระล้าง ทำให้บริสุทธิ์ ในโลกมนุษย์ก็จะส่งผลถึงการตอบสนองเจตนารมณ์ของคามิ

ซึ่งจิตวิญญาณตรงจะกระจายแสงออกไป โดยเป็นผู้คุ้มครอง อภิบาล (จากคามิ) และดูแลแต่ละวิญญาณให้การช่วยเหลือให้หลุดพ้นผลกรรมซึ่งจากตอนแรก ๆ เป็นผู้สร้างให้ผู้นี้เกิดมาเป็นมนุษย์ หลังจากถูกสร้างก็จะปล่อยให้เป็นอิสระจากคลื่นของผลกรรมนั้นและมีการดึงดูดส่งผลให้มีความรับรู้ซึ่งผลกรรมและให้การช่วยเหลือ ซึ่งจิตวิญญาณนี้ได้มีการเกิดจากผู้คุ้มครองและอยู่ภายใต้ผู้นำทางของคามิ

จิตวิญญาณที่เกิดขึ้นก่อน ๆ จะเป็นจิตวิญญาณที่มีประสบการณ์และมีการเกิดของจิตวิญญาณมากขึ้นและสุดท้ายก็เป็นจิตวิญญาณของแต่ละคน ซึ่งนั่นเป็นแบบนี้มาจนถึงโลกปัจจุบันนี้ (ดังรูปที่ 3)

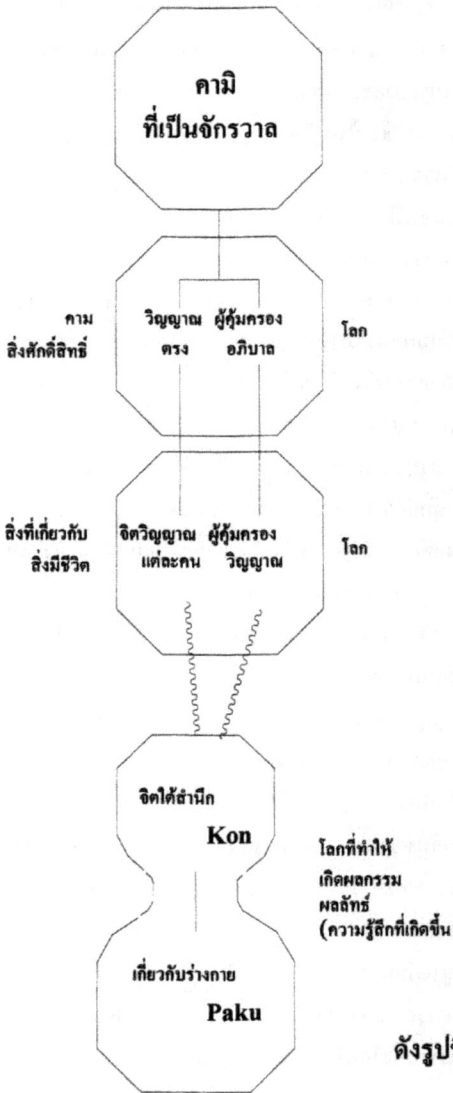

คามิ
ที่เป็นจักรวาล
คาม
สิ่งศักดิ์สิทธิ์
วิญญาณ
ตรง
ผู้คุ้มครอง
อภิบาล
โลก
สิ่งที่เกี่ยวกับ
สิ่งมีชีวิต
จิตวิญญาณ
แต่ละคน
ผู้คุ้มครอง
วิญญาณ
โลก
จิตใต้สำนึก
Kon
โลกที่ทำให้
เกิดผลกรรม
ผลลัพธ์
(ความรู้สึกที่เกิดขึ้น
เกี่ยวกับร่างกาย
Paku

ดังรูปที่ 3

โกะอิ มาซะฮิสะ

ตั้งแต่สมัยดึกดำบรรพ์ มีประวัติศาสตร์ที่ยาวนานมีสงครามหลังจากนั้นก็มีความเจ็บปวดได้รับทุกข์เวทนา จนถึงปัจจุบันนี้ก็มีความสุขชั่วคราว เหมือนมาจากนรก มีความวิตก หวาดกลัวจากสงครามและมีความทุกข์ทำให้เจ็บไข้มีความยากจน ขาดแคลนและมีการต่อต้าน มีการคัดค้านมาจนถึงเดี๋ยวนี้

แต่ว่าความเป็นจริงแล้วขณะนั้นก็มีคนใจบุญ มีนักบุญมากมายที่คอยให้การช่วยเหลือผู้คนมนุษยชาติเหล่านั้น มีความหมายว่ามนุษย์จะเป็นอะไร ซึ่งจิตวิญญาณที่มาช่วยเหลือนี้มีการพัฒนามนุษยชาติมากมายอย่างรวดเร็ว และอย่างมาก และทำให้มนุษย์มีความสามัคคีกันมีอารยะธรรมประเพณี มีการพัฒนาอุตสาหกรรมเหมือนเป็นการสนทนาและติดต่อระหว่างคามิ (ผู้คุ้มครองอภิบาล) วิญญาณและวิญญาณแต่ละคน ส่งผลให้โลกนี้มีการพัฒนาและคล่องตัวด้วยระบบต่าง ๆ เกิดขึ้นมากมาย

แต่ว่าอย่างไรก็ตาม ถึงในปัจจุบันนี้ก็ยังอยู่ในกระบวนการนี้อยู่ ในอนาคตหลังจากเกิดเหตุการณ์นี้แล้ว สังคมโลกมนุษย์ก็จะกลายเป็นการมีความเป็นอยู่ที่ดีขึ้น ทำให้มีการประสานกันและแสงแห่งโลกมนุษย์อย่างแน่นอน ซึ่งเป็นเหมือนกับเป็นแผนการของคามินั่นเอง

และนั่นดูเหมือนว่าตอนนี้พวกเราไม่อยากจะมองโลกในแง่ร้ายจนดูเหมือนเข้าตาจนและมองเป็นความพินาศสุดจะเยียวยาแต่ถ้าเราแต่ละคนช่วยกันอย่างจริงจังและก็จะทำให้บรรลุผลสำเร็จของชีวิตของเขาและเธอได้อย่างแน่นอนและข้าพเจ้าเชื่อมั่นเป็นอย่างมากกว่าจะมีวันนั้นเกิดขึ้นมาอย่างแน่นอน

คามิจะให้ความรักให้แสงสว่างให้แก่ทุกคน เราก็จะอยู่ในความรักของคามิและจิตวิญญาณก็จะดูแลเราและให้ความรักไม่มีอดีตจะตัดความเศร้าหมองทั้งหลายออกไป (ซึ่งการคิดแบบนี้จะไม่พูดและไม่คิดถึงสิ่งที่ผ่านมาจะให้นึกถึงแต่สิ่งที่จะเกิดขึ้นข้างหน้าสิ่งที่ดีเท่านั้น ซึ่งเป็นสำคัญ)

คามิกับมนุษย์

การให้ความรักและให้อภัยแก่คนทั้งโลกเป็นสิ่งที่สำคัญรักตนเองรัก
ผู้อื่น ให้อภัยตนเองและรู้จักให้อภัยผู้อื่น เป็นสิ่งที่จะกลายเป็นสิ่งที่ดี ทุกสิ่งจะ
ทำให้เราได้รับสิ่งที่ดีขึ้นโดยจิตวิญญาณ ซึ่งแน่นอน จิตวิญญาณจะเป็นผู้ทำให้

บทความที่ 5

ทำอย่างไรจึงจะทำ ให้หลุดพ้นจากผลกรรม

ต่อไปนี้ข้าพเจ้าอยากจะขออธิบายเกี่ยวกับว่าจะ ทำอย่างไรมนุษย์จึงจะหมดกรรมหรือทำอย่างไรจึงจะกำจัดผลกรรมออกไปได้ (อย่างรวดเร็ว) โดยจากความเป็นไปได้แห่งแสงจากคามิ

ข้าพเจ้าเชื่อว่าผู้ที่มองเห็นหนทางแห่งการพ้นทุกข์ตั้งแต่สมัยก่อนซึ่งได้มีการฝึกหลายรูปแบบเพื่อเป็น แนวทางการที่มีระเบียบวินัยเป็นการฝึกฝนว่าทำอย่างไรพวกขาจะได้มีพลังที่ยอดเยี่ยมซึ่งมีผลผูกพันของคามิอย่างแน่นอน แต่ข้าพเจ้าไม่เคยคิดและถามผู้คนปัจจุบันนี้เลยว่าเขาเคยเห็นและทำอะไร คนสมัยดึกดำบรรพ์มีการฝึกปฏิบัติอย่างหนักในภูเขา มีการปีนเขา ข้ามน้ำตกอดอาหาร แต่คนปัจจุบันทำไม่ได้เนื่องจาก หน้าที่การงาน ไม่มีเวลาไม่มีทางทำได้

การฝึกฝนแบบนี้ส่งผลให้มนุษย์ได้กำจัดผลกรรมทำให้เป็นผู้รู้แจ้งถึงการไม่นิยมวัตถุนิยม ไม่มีความโลภ ไม่มีความรุนแรงความรู้สึกต่อต้านไม่มีความคิดชั่วร้าย ไม่ล่วงประเวณี ไม่ลักขโมย ไม่ฆ่าคน ไม่ผิดผัวผิดเมีย ไม่โลภ ไม่เป็นคนอธรรม ไม่ล่อลวง ไม่เต็มไปด้วยราคะตัณหา ไม่อิจฉาคาร้อน ไม่ใส่ร้าย ไม่เย่อหยิ่ง ไม่เป็นคนเลวและหลาย ๆ อย่าง ที่เป็นต้นเหตุทำให้ไม่เจริญ การไม่ฝึกของคนเดี๋ยวนี้มีผลทำให้มนุษย์เข้าใจผิดว่าตนเองจำเป็นต้องมีวัตถุนิยม ต้องโลภถึงจะได้มา อะไรต่าง ๆ ทำนองนั้น (รวมถึงโลภของมนุษย์) แต่ถ้ามีการฝึกปฏิบัติที่ผิด ๆ ก็จะไม่มีประโยชน์อะไร ทำให้ไม่บรรลุผลแห่งกรรมส่งผลสะท้อนกลับมาในทางลบ ซึ่งข้าพเจ้าไม่อยากแนะนำให้คนเหล่านั้น

พยายามที่จะฝึกอย่างนั้น ข้าพเจ้า มุ่งหวังและจะอธิบายให้แจ่มแจ้งให้มนุษย์ได้ใช้ชีวิตของตนเองให้เป็นปกติและดีที่สุด ยึดแนวทางการดำรงชีวิตที่ดีไม่นานสถานการณ์ก็จะส่งผลออกมาเองที่เป็นวิธีดำเนินการ ซึ่งส่งผลให้ข้าพเจ้าเป็นแบบนี้จนถึงวันนั้น

มีคนพูดง่าย ๆ ว่าถ้าคุณได้มีการภาวนาให้ตนเองได้หลุดพ้นผลกรรมขั้นตอนแรก คือ ความโลภความมีเจตนาร้าย ความโมโห ปั่นป่วน ซึ่งถ้ากำจัดมันออกไป จากอารมณ์ ภาวะแห่งจิต นิสัย นิสัยส่วนตัว แต่คนไม่ทราบว่าตนเองจะฝึกให้ลึก ๆ ได้อย่างไรเพื่อให้หลุดพ้นจากผลกรรมและก็เลยส่งผลให้เขาทำไม่สำเร็จและไม่มีผู้ช่วยซึ่งนั่นมีผู้ประเสริฐมาก ๆ ที่มีความเข้าใจและเชื่อว่ากฎแห่งการคิด (การที่มนุษย์จะได้อะไร จะเป็นอะไรในโลกนี้ ก็ขึ้นอยู่กับว่าเขาและเธอคิด และสิ่งที่คิดก็จะกลายเป็นจริง) และเหมือนจะส่งผลถึงโลกปัจจุบัน เขาพูดสิ่งนั้นว่า มันเป็นเพราะท่านไม่ได้ แสดงความเคารพให้ความนับถือ เกี่ยวกับคนนั้น ซึ่งเขาได้กระทำการใด ๆ กับคุณอย่างต่ำช้า คุณอาจคิดไปเองก็ได้ และคุณต้องทำอย่างต่อเนื่องและอย่างละเอียด ให้ความเคารพเขาก่อนคุณก็จะได้สิ่งที่คุณต้องการ

เขายังพูดอีกว่า ไม่มีอะไรสำคัญถ้าสามีคุณทำอะไรไม่ดีไม่ว่าอะไรก็ตามที่ทำให้คุณไม่พอใจ คุณจะต้องให้ความเคารพ ยำเกรงเขา คล้อยตามเขาจนกว่าจะหมดปัญหา ไม่งั้น อาจส่งผลกันขั้นมีการตบตี ทำให้ได้มีการบาดเจ็บ คุณต้องเชื่อฟังเขาอย่างเคร่งครัดและซื่อสัตย์ สิ่งที่คุณไม่สบายใจทั้งหลายพฤติกรรมที่เป็นเหมือนสิ่งลาง ๆ หลอกลวง เรื่องขุ่นข้องหมองใจของคุณก็ จะหมดไป เขาจะกล่าวถึงคนที่ได้รับความเจ็บไข้ได้ป่วยว่าเหตุผลที่เขาได้รับโดยมีไข้ เกิดจากความเหน็ดเหนื่อยล้าของร่างกายก็เพราะว่าร่างกายของคุณมันฟ้องมันบอกว่าคุณต้องพักนะ และคุณต้องหายถ้าคุณได้รับการเยียวยา และพักผ่อนหมายความว่าถ้าคุณทำงานหนักและพักก็จะหาย เช่น

ทำไมคุณมี เนื้องอกและมีก้อนบวม ๆ เพราะคุณบ่นพึมพำและพูดตะกุกตะกัก ทำไมคุณปวดเส้นประสาท จนได้รับความเจ็บปวดซึ่งคุณได้รับรู้อะไรบางอย่างและเกิดจากการสะท้อนของแสงซึ่งสะท้อนและทำลายเนื้อเยื่อได้ และส่งผลได้รับรู้ถึงความรู้สึก

ทุกอย่างก็จะได้ตามที่ตนเองคิดแบบนั้น (คิดอย่างไรก็จะได้อย่างนั้น) ถ้าคิดไม่ดีก็จะได้สิ่งที่ไม่ดี ถ้าคิดแต่เรื่องดี ๆ ก็จะได้แต่สิ่งดี ๆ กฎของความคิดนี้ในศาสนา ก็นำมาใช้มาก ๆ อย่างกว้างขว้าง แบบนี้ข้าพเจ้ารู้สึกไม่สบายใจมาก ในโลกของจิตใต้สำนึกและจิตวิญญาณ จะตอบสนองในทันทีทันใด (เร็วมาก) และจะกลับมาเร็วมาก แบบไหนเหรอ ทำไมเหรอ เช่นถ้าตนเองได้ทำการฝึกในโลกจิตใต้สำนึก จิตวิญญาณ ตนเองคิดอย่างไรก็จะกลับมาอย่างนั้นแต่ถ้ารู้แล้วและทุก ๆ อย่างมันเป็นเรื่องง่ายมาก เพียงแต่คิดแบบนี้ก็จะได้แบบนี้ก็เลยไม่สามารถทำการตัดผลกรรมได้ มันตัดผลกรรมยากมากมันอันตรายมากที่จะทำให้มนุษย์มาตัดผลกรรมได้อย่างนั้น

ในโลกของร่างกายจะไม่มีทางรู้เลยก็เลยต้องรู้กฎโดยทั่วไปว่ามันเป็นเหมือนในความสัมพันธ์ของมนุษย์ผู้นั้นและคนอื่น ๆ ตนเองจะไม่รู้กฎของกรรมเป็นอย่างไร และอะไรจะเกิดขึ้นกับตนเองบ้าง

มันก็เลยเป็นแบบว่า **ไม่มีหนทาง** เพราะมันจะขัดขวาง คนนั้นจะถูกรบกวนในสิ่งนี้ว่าจะทำการชำระล้างให้ตนเองบริสุทธิ์ และหมดทุกข์ไป ข้าพเจ้าจะให้แนวทางความคิด หนทางแห่งแสงสว่างแก่ผู้คนที่ต้องการจะหลุดพ้นผลกรรม ของศาสนาคริสต์ดังต่อไปนี้คือ

อย่าพิพากษา (ตัดสิน) คนอื่น
ความรักจะปกป้องคุ้มครอง ทุกท่าน
God คือ ความรัก ไม่ใช่ คามิ

เป็นคำกล่าวอ้างคำพูดเป็นวลีคือมาจากคำภีย์ไบเบิ้ล สืบเนื่องมาจากนักประพันธ์ได้เขียนขึ้นด้วยตนเอง โดยได้กล่าวถึงพระเยซูคริสต์

ไม่มีอะไรที่จะสามารถบรรลุ ผลสำเร็จได้เลย ถ้ามนุษย์ผู้นั้นใช้วิชาความรู้เพียงอย่างเดียว และใช้กำลังในการกระทำและสั่งสอนผู้อื่น เพื่อให้ได้มาซึ่งความสำเร็จโดยปราศจากความรัก ความเมตตา ต่อเพื่อนมนุษย์ทั้งหลาย

ข้าพเจ้าจะขออธิบายอย่างชัดเจน อย่างแรงกล้าอีกครั้งถึงแสงสว่างที่จะทำให้ผู้ที่มีความรักความเมตตาอย่างลึกซึ้งเพื่ออธิบายหนทางแห่งความสุขคลื่นของผลกรรม มีความเกี่ยวเนื่องระหว่างเหตุและผล ซึ่งมันห่างไกลมากระหว่างทางแห่งช่วงชีวิต ถึงช่วงชีวิต และหลาย ๆ ช่วงชีวิต มนุษย์ไม่ได้มีผลกรรมติดตัวมาแต่อายุ 50 – 60 ปี แล้วหมดไป แต่ว่า แต่ละชีวิตมีทั้งทุกข์ สุข ไม่มีความทุกข์หรือ เจ็บไข้ได้ป่วย และมีช่วงชีวิตที่ผ่านมา 2 – 3 ปี เป็นแบบนั้นแบบนี้ทุกวันนี้ก็เลยเป็นเช่นนี้ซึ่งมันไม่ใช่เลย มีผู้คนมาก ๆ มองดูคนนั้นว่าไม่สำเร็จ ดูคนนั้นไม่ดีบางคนก็มองดูคนนี้ดูเป็นคนไม่ดีและทำอะไรก็สำเร็จ และก็มีคนอิจฉามากกรณีนี้ก็มีมาก ๆ ซึ่งพวกเราไม่สามารถ ที่จะไปตัดสินผู้คนเหล่านั้นได้เลย

มนุษย์มีความแตกต่างกันแล้วแต่ผลกรรมของคนนั้นบางคนทำอะไรก็สำเร็จ (เช่น คุณ เอ) แต่คุณ บี พยายามที่จะเลียนแบบและนำมาซึ่งความสำเร็จเช่นเดียวกับคุณ เอ แต่ก็ไม่สามารถทำได้ ขณะเดียวกัน คุณ บี สามารถทำบางสิ่งบางอย่างได้ดีและสำเร็จแต่ เอ ไม่สามารถ ทำได้ เช่นกัน ถ้าคน 100 คนเขียนตัวหนังสือหรือขีดเส้น มันก็จะมีความแตกต่างกัน 100 แบบ ถ้า 1000 คนเขียนมันก็จะมีความแตกต่าง 1000 แบบ

แต่ว่าคนที่มีจิตใจคล้ายกันอาจจะเขียนคล้ายกัน ซึ่งคนแต่ละคนก็มีส่วนคล้ายกันและแตกต่างกันไป นี่คือ "อุปมาอุปไมย ของความคิด" และในคำพูด

อื่น ผลกรรมของมนุษย์ คือ เข้ากันได้ และเข้ากันไม่ได้ เช่น คนหนึ่งคนอาจจะ
ชอบงานหนังสือ ที่สนุกและชอบมากและขณะอีกคนหนึ่งอ่านไม่ได้ แต่มันผิด
นะถ้าจะไปมองคนแบบนั้น และมันก็จะผิดเหมือนกันถ้าจะไปมองคนที่ชอบ
ดนตรี Bach or Beethoven ซึ่งมันเพราะมากและสวยงามมากสำหรับบางคนแต่
บางคนมีความแตกต่าง อาจมีความชอบ ไม่เหมือนกันและเขาอาจจะสนุกและ
ชอบเพลงป๊อปก็ได้

ในระหว่างนี้คนปัจจุบันนี้ น่าเลื่อมใส และศรัทธา และก็มอบความ
ศรัทธาให้ เขาเหล่านั้นบางคนอาจจะดูเป็นคนเห็นแก่ตัว และเย่อหยิ่งหลงตัวเอง
และมีวัตถุประสงค์ร้าย และอีกอย่างหนึ่งในทางตรงข้ามคนนั้นอาจเป็นคนที่มี
จิตใจดีงาม ใสสะอาด ปราศจากความเห็นแก่ตัว และปราศจากความเย่อหยิ่งก็
ได้ มีจิตใจที่บริสุทธิ์ ในโลกทุกวันนี้จะไปตัดสินอะไรบางอย่างจากรูปร่าง
หน้าตาและท่าทางอย่างเดียวไม่ได้

ถ้ามองจากจุดนี้ วิธีการของข้าพเจ้า จะให้แต่ละท่าน ทั้งหมดเพื่อเป็น
หนทาง แก่ผู้คนเป็นรากฐานและหลักการและกฎจะอธิบายต่อไปนี้

ในโลกนี้ ความคิด ความรู้สึกและประสบการณ์ทั้งหลายเกิดขึ้นในจิตใต้
สำนึกและจิตวิญญาณจะส่งไปรอบ ๆ และหมุนเวียนกันไป ถ้ามีความคิดอะไร
เกิดขึ้นในจิตใต้สำนึกที่จะถูกเก็บบันทึกไว้ทั้งหมดและก็จะอยู่อย่างนั้นภายใน
จิตใต้สำนึก ความคิดของจิตใต้สำนึกจะเก็บบันทึกเพิ่มขึ้นในจิตใจหรือ จิตใต้
สำนึก บางครั้งก็จะส่งตรงมายังพวกเขาและทำให้แสดงพฤติกรรมต่าง ๆ
ออกมา นั่นคือสิ่งที่เกิดขึ้นเกี่ยวกับชะตากรรมของคน ๆ นั้นนั่นเองทำให้มีชีวิต
ที่ดี ความทุกข์ สุข คละเคล้ากันไปนั่นเอง ถ้าคนที่เข้าใจเกี่ยวกับชีวิตว่าถ้าทำดีก็
จะได้รับผลดี และส่งผลให้กระทำความดี เรื่อย ๆ ก็จะทำให้คน ๆ นั้นมีชะตา
ชีวิตที่ดี มีชีวิตที่ดีได้และก็จะส่งผลให้คนแสดงพฤติกรรมและจะบันทึกไว้ใน
จิตใต้สำนึก และแพร่กระจายไปยังรอบ ๆ ตัณหาชีวิตคน หมุนเวียนกันไปแบบ
นี้ มันสำคัญมากที่มนุษย์จะต้องเข้าใจ หลักการนี้และยอมรับมันให้ได้และรับรู้
เกี่ยวกับชีวิตมนุษย์ ถ้าใครได้แก้ไขและปรับเปลี่ยน ในจิตใต้สำนึก และกระทำ

กิจกรรมในการกระทำต่าง ๆ ไป ชีวิตคนในอนาคต ก็ไม่เช่นนั้น ก็จะไม่สามารถปรับเปลี่ยนชีวิตผู้คนได้

มันดูเหมือนมนุษย์โดยทั่วไปมีผู้คุ้มครองทางจิตใจความคิดแค่ 1 เท่านั้นอย่างที่เป็นอยู่ ผู้คุ้มครองความคิดของมนุษย์มี 7 อย่างนะ

จะเริ่มต้นด้วย

1. โลกของจักรวาล และ
2. วิญญาณตรง
3. จิตวิญญาณของแต่ละบุคคล
4. จิตใต้สำนึก
5. ร่างกาย
6. คามิ ซึ่งอยู่ในส่วนของจิตวิญญาณตรง
7. ผู้คุ้มครอง อภิบาล (คามิ) อยู่ในส่วนของวิญญาณตรง

ซึ่งนั่นทั้งหลายทั้งหมดนี้เป็นจิตใจของมนุษย์ซึ่งมีการจัดตำแหน่งตามขั้นตามระดับ เหมือนกับเป็นวิญญาณตรง ของคามิสุดท้าย ทั้งหมดเป็นจิตใจของมนุษย์ ผู้ที่มีแต่ละส่วนคอยติดตามตนเองไปด้วยทุกหนทุกแห่ง จะมีการปรับเข้าหากันเป็นหนึ่งเดียวในชีวิตมนุษย์เป็นเหมือนการติดต่อปรับเข้าหาคามิและการปรับนี้ก็จะส่งผลให้มนุษย์มีความก้าวหน้าแต่ว่ามาถึงปัจจุบัน ณ ตอนนี้คนที่สามารถรับรู้ขั้นตอน กระบวนการแบบนี้มันน้อยมากเลย ซึ่งมันยากมากเลยสำหรับมนุษย์ที่จะเข้าใจกระบวนการอะไรทำนองนี้ และคิดเกี่ยวกับกฎต่าง ๆ โดยการนำมาประยุกต์ใช้ จะมีได้ ก็เพียงแต่คิดและเป็นจิตวิทยาในการนำมาวิเคราะห์ เท่านั้นเอง และอีกอย่างคือไม่เข้าใจอะไรเลย อย่างนี้ก็ไม่เข้าใจ อันนี้ก็ไม่เข้าใจเพียงแต่ขอร้องและต้องการคามิก็จะส่งมอบให้ได้ ยกให้เป็นผลประโยชน์ได้และผู้นั้นก็จะได้รับผล ซึ่งการที่เขาจะปรับเข้าหา คามิมันยากเขาต้องใช้ความพยายามอย่างมาก ๆ จึงจะได้รับผลสำเร็จ เพราะ เขาทั้งหลายมี

ชีวิตแบบถือตนเองเป็นที่ตั้งนั่นเอง โดยที่ไม่นึกถึงคามิจะพูดว่าไม่มีการวิเคราะห์อะไรเลยหรือเป็นกฎแห่งความคิดทุกคนทำงานและอย่างการจะมีความสำเร็จในชีวิต ทั้ง ๆ ที่มีความพยายามอย่างมากมาย แต่ก็ไม่เป็นผลส่งผลให้เขาไม่มีความสุข ความลับที่จะเป็นสิ่งที่ส่งผลให้มีความสุขคือความซื่อสัตย์รักษาสัจจะคือต้องมีความซื่อสัตย์ต่อคามิ ไม่ใช่ความซื่อสัตย์ต่อร่างกายชีวิตแต่ความจริง ในคำพูดอื่น นั่นคือ การมีความซื่อสัตย์ต่อคามิต่างหากล่ะ อย่างไรก็ตาม แต่ว่า คามิ เหมือนอาจจะอยู่ไกลมากเลยในการที่จะคิดถึงความซื่อสัตย์และเข้าใจยากข้าพเจ้าจะขอให้คำแนะนำเพื่อนมนุษย์ให้ซื่อสัตย์ต่อชีวิตเพื่อนมนุษย์แทน

ในทุก ๆ กรณีทั้งหมดนั้น ชีวิตมนุษย์เป็นส่วนหนึ่งเดียวและเป็นชีวิตส่วนเดียวกับบรรพบุรุษ ชีวิตของคุณเอง ปู่ย่าตายายและครอบครัวที่อยู่ข้างหลังคุณ และที่เกี่ยวกับสิ่งศักดิ์สิทธิ์ทั้งหลายที่มองเห็น และได้ฟังและชี้ชะตาล่วงหน้า ว่าอะไรรอคอยเขาอยู่ข้างหน้าเป็น ***เหมือนสิ่งที่คอยชักจูงท่านให้เดินทางออกจากที่มืด ๆ ไปยังที่สว่างอยู่ตลอดเวลา*** เป็นเหมือนเวลาที่คุณพ่อคุณแม่คอยจูงมือลูกเวลาเดิน และนำพาลูกไปในทางที่ปลอดภัย แต่ว่าพ่อแม่ไม่สามารถรับรู้ได้ว่าชีวิตในอนาคตของลูกจะเป็นอย่างไร แม้แต่ 1 นาทีก็ไม่สามารถรับรู้ได้เลย หรืออีกอย่างคือ วิญญาณแต่ละส่วนรู้ดีว่าอะไรจะเกิดขึ้นกับลูกหลานของเขาในอนาคต และพวกเขาก็ได้ทำงานอยู่ตลอดเวลาเพื่อที่จะเป็นผู้นำทางให้เขาและเธอไว้พบสิ่งที่ดี ๆ และมีความสุข

กระบวนการรูปแบบที่เกิดขึ้นในชีวิตมนุษย์คือ ความคิดที่เกิดขึ้นส่งผลให้มนุษย์มีสภาพ ภาวะ มีพฤติกรรมต่าง ๆ และถูกบันทึกไว้ในจิตใต้สำนึกของเขาและเธอ และหลังจากนั้นสาระสำคัญ จิตใต้สำนึกแต่ละส่วนก็จะถูกเก็บบันทึกและอยู่ในชีวิตของมนุษย์ (ร่างกายมนุษย์) และจัดเตรียมไว้แบบธรรมชาติโดยคล้าย ๆ กับกระบวนการเกิดช่วงเริ่มแรกในระบบของโลกของจิตใต้สำนึก

ในช่วงระยะแรก รูปแบบของจิตใต้สำนึกจะส่งผลให้ชีวิตที่เป็นจริง มีสภาพแวดล้อมและมีการโอบอุ้มมีการกระตุ้น โดยความคิดของคนไปโลกของร่างกายมนุษย์นั้นรวมทั้งการแสดงออกต่าง ๆ ออกมาให้เห็นเป็นรูปธรรม

ถ้าชะตากรรมดีไม่ดีก็อยู่ที่มนุษย์ผู้นั้น กระทำผิดคิดผิดก็จะส่งผลให้ทำผิด และถ้าคิดผิดและได้ทำการแก้ไข พฤติกรรมนั้น ๆ ก็จะได้รับผลที่ดีกลับมา โดยการรับรู้ได้โดยประสาทสัมผัส เป็นปรากฏการณ์ผสมผสานของโลก ของจิตใต้สึกและก็จะกลายเป็นสิ่งที่จำลอง (สำเนา) ว่าอะไรคือสิ่งที่มนุษย์ได้เคยคิดอะไรเอาไว้หรือจะพูดอีกอย่างคือ ท่านใดที่คิดใสสะอาด ก็จะได้รับสิ่งที่ใสสะอาด มีสภาพแวดล้อมที่บริสุทธิ์ ท่านใดที่มีความคิดที่สกปรกก็จะได้สิ่งที่สกปรกได้รับสิ่งที่ไม่ดีกลับมา มีผู้อาฆาต มีความอาฆาต พยาบาทถ้าคนนั้นคิดจะลักขโมยก็จะถูกผู้อื่นขโมยของของตนเองไป และถ้าใครมีความคิดที่เหงาก็จะเหงาซึ่งนั่นคือเป็นกฎของกรรม

แต่ว่าความคิดที่กล่าวมาที่ข้าพเจ้ากำลังถ่ายทอดนี้ไม่ได้หมายถึงว่า จะมีผลลบล้างกันเพียงแค่ตอนที่ตนเองมีอายุ 50 – 60 ปี ในโลกแห่งร่างกายนี้ไม่ ความคิดที่เกิดขึ้นนี้มันผูกพันมาแต่หลาย ๆ ชาติ ที่ผ่านมาด้วยมันอาจจะ 3 ปี, 5 ปี, 10ปี หรือมากกว่านั้น หรือครอบคลุมไป 10,000 ปี ชั่วกระบวนการของทุกกฎแห่งกรรมนี้มันถูกสะสมมาเรื่อย ๆ มาจนถึงโลกปัจจุบันนี้อย่างต่อเนื่องและติดต่อมาโดยตรง (เริ่ม กระตุ้น) หลังจากนั้นก็จะมีผลประชิดกันและเกิดเป็นกระบวนการใหม่ ๆ

มนุษย์ทั้งหลายเหล่านั้นบางคนคิดว่า เอ๊ะ! ทำไมสิ่งที่เกิดขึ้นมาตอนนี้มีแต่เรื่องไม่ดี ทั้ง ๆ ที่ 30 - 40 ปี ที่ผ่านมาก็ไม่ได้ทำอะไรที่ไม่ดี คิดแต่เรื่องดี ๆ แต่กลับได้รับแต่สิ่งไม่ดี ข้าพเจ้าไม่ได้คิดว่าสิ่งนั้นมันไม่ดีเพราะอย่างนั้นเลยแต่สิ่งที่เกิดขึ้นนั้นเป็นสิ่งที่ไม่ดีที่มีผลมาจากชาติก่อน ๆ เป็นวิบากกรรม

และอีกหนึ่งคนก็พูดว่า ข้าพเจ้าคิดว่าข้าพเจ้าอยากจะแต่งงาน แต่ว่าถึงตอนนี้ก็ยังไม่ได้แต่งงานเลย ซึ่งมันไม่เป็นความจริงเลย ซึ่งนั่นเป็นกฎของความคิดจิตใจ สิ่งนั้นมันจะออกไปเหมือนกับที่คิด

คนที่คิดว่ามันจะเป็นจริงถ้าตนเองหวังสิ่งใดในชีวิตนั้นแต่ทำไมไม่ได้ อยากได้โน้นเป็นนี้ แต่ไม่ได้ ซึ่งมันไม่ใช่ กฎแห่งกรรมเฉพาะในชาตินี้เท่านั้น มันมีผลมาจากหลาย ๆ ชาติที่แล้วด้วย เหมือนเป็นคำพิพากษาตัดสินความคิดที่ เกิดขึ้นในจิตใจในชาตินี้

แต่ว่ากฎมันเป็นกฎที่เกิดขึ้นมาอย่างสมบูรณ์ เปรียบเหมือน กฎของ ธรรมชาติเหมือนกับกฎของความจริงจังหรือนิยมวัตถุนิยม

ถ้าคิดสิ่งใดก็จะได้สิ่งนั้นจะไม่ผิดหวัง ธรรมดาก็จะคิดกันไปแบบนั้น รวมกับถ้าคนนั้นมีความเชื่อว่าตนเองคิดดี และมีพรหมลิขิตที่ดีมาก่อนก็จะ ได้รับผลที่เร็ว บางคนไม่ทราบก็มีแต่เขามีพรหมลิขิตที่ดีก็จะได้ผลเหมือนกัน เหมือนเป็นกระแสน้ำเชี่ยวกราก แต่ว่าขณะเดียวกันถ้าผู้นั้นมีความคิดที่ไม่ได้ ทำความชั่วก็จะได้สิ่งที่ไม่ดีตนเองก็เจ็บปวด ทุกข์ทรมานพร้อมกับผู้อื่นด้วย

ถ้าใครติดตามกฎว่าถ้าคิดแบบนี้จะได้แบบนี้แน่นอนมันก็เป็น กระบวนการในตัวอยู่แล้วตามกฎ คนที่กลัวมีความหวั่นวิตกมาก ๆ ก็มี เขาจะ หวั่นวิตกว่าจะเกิดแบบนั้นแบบนี้กับเขาเข้าใจผิดเกี่ยวกับกฎนี้เขาทั้งหลายที่ กำลังคิดอยู่มีความหวั่นวิตกทั้งวันทั้งคืนความหวั่นวิตกก็จะมาหาเขา

บางคนมีความกังวลใจตลอดเวลาเกี่ยวกับผู้อื่น และมีความตั้งใจ ช่วยเหลือผู้อื่นที่มีทุกข์อย่างจริงจัง ซึ่งเขาเหล่านั้นเป็นคนยากจน ขัดสนมาก และอีกผู้หนึ่งก็ตำหนิเขาว่า มันเป็นเพราะคุณมีจิตใจอยากจะเป็นคนจน คนก็ เลยกลายเป็นคนจนตลอดไป แทนที่จะมีจินตนาการของตนเองว่าเป็นเหมือน คนรวย ก็จะเป็นคนรวย เพราะคนมีความคิดและตัดสินใจจะเป็นคนจน คนที่ จนจริง ๆ ก็จะมาอยู่รอบ ๆ ตัวคุณ หลังจากการว่ากล่าว คนที่ใจบุญมีใจเกี่ยวกับ การกุศลจะเข้าใจฝังแน่นอยู่ในความทรงจำเกี่ยวกับว่าจะทำอย่างไรดีเพื่อผู้อื่น และหลังจากนั้นความใจบุญ ของเขาก็จะมีการกระทำอยู่เบื้องหลัง

เหมือนกับตัวอย่างทั้งหลายเหล่านั้น ถ้าความคิดหนึ่งอย่างหรือ การสิ่ง สอนเฉพาะในกฎของความคิด (เหตุและผล) มันมีของโน้น ที่จะไปในทางที่ เป็นจริงเบี่ยงเบนไปทางที่ถูกและเป็นสิ่งที่ผิด

คามิกับมนุษย์

สรุป คือ คนใจบุญคิดและอยากจะช่วยเหลือผู้ยากจนแต่ตนเองกลับจนก็เป็นสิ่งที่ผิด ไม่ควรกระทำหรือถ้าคนพูด คิดแบบนั้น เพราะเขา หรือ ข้าพเจ้ามีอำนาจจิตมีปัญญามันก็จะเป็นแบบนั้น ถ้าเขาไม่เชื่อในคามิ คามิ จะไม่เข้าใจอยู่ในใจเขา ชีวิตก็จะกลายเป็นความรักที่ไม่มีเหตุผลและไม่มีพลังอำนาจแห่งรัก

เราจะได้รับความทุกข์ด้วยตัวเอง และมีความโง่เขลาเบาปัญญาจากกฎแห่งความคิดของคามิคือความรักเพราะคามิให้ทุกสิ่งทุกอย่างให้ชีวิตแก่พวกเราและคุ้มครองพวกเราเพราะคามิคือความรัก และให้ความยุติธรรมในเรื่องของความไม่ปรองดองกันไปทุกอย่าง ให้ความทุกข์หายขาดไปจากโลก

สิ่งนี้สำคัญคือมนุษย์จะต้องรู้เกี่ยวกับชีวิตของเขา มีความเคารพในคามิมีความเชื่อเกี่ยวกับจิตวิญญาณ เขาก็จะได้รับอิสระจะพ้นทุกข์ถ้าเขามีความเชื่อเกี่ยวกับสิ่งนี้และคามิจะคอยคุ้มครองเขาอย่างสงบอยู่ตลอดเวลา ถึงแม้ว่าคน ๆ นั้นจะมีความเชื่อเกี่ยวกับคามิหรือไม่ก็ตาม คามิ ผู้คุ้มครอง อภิบาล จิตวิญญาณจะคอยคุ้มครองเราอยู่ตลอดเวลาเหมือนกับเวลาที่เรามีความฝัน

คำถาม ทำไม มนุษย์ฝันเห็น ผู้คนในความฝัน ทำไมมนุษย์มองเห็นและมีสิ่งที่ดีไม่ดีต่าง ๆ มากมาย ซึ่งนั่นก็เป็นเหมือน คามิกำลังทดสอบ สำรวจและส่งผลให้เรื่องราวที่ฝันเห็นกลายเป็นสิ่งที่บริสุทธิ์และชัดเจนขึ้นใช่ไหม

.....ข้าพเจ้า จะขอพูด เกี่ยวกับ เรื่องนี้ว่า มนุษย์มีการลดผลกรรมไปจากการฝัน และข้าพเจ้าคิดว่าเป็นอย่างนั้นจริง ๆ ความคิดมันจะเป็นไปตามกระบวนการของมันเอง มันจะเกิดขึ้นตามกฎความคิดทั้งหมดที่เกิดขึ้นไปโลกนี้ มนุษย์มีทางออก และตระหนักดีและมันได้ทุกกวนไปเมื่อนานมากแล้ว

จะพูดถึงเหตุผลหลายเหตุผล ถ้าจิตใจของมนุษย์มีการคิดอย่างละเอียดรอบคอบ มีการวิเคราะห์ มันก็จะกลายเป็นว่าความรักก็จะกลับกลายมีผล เป็นความโลภ ความอยากได้สิ่งใดที่มีกระบวนการ มีความผูกพัน เป็นผลให้เกิดเรื่อง ขุ่นข้องใจ อย่างเสียไม่ได้ความเศร้าใจ เจริญรอยตาม ความเศร้าใจ ที่ชอบต่อสู้ มีผลต่อจิตใจเป็นผลให้เกิดสงคราม ผลกรรมมีผลทำให้ได้เกิดไฟลุกขึ้นท่วม จิตใจ หนุ่มสาวก่อให้เกิดเรื่องขุ่นข้องใจขึ้นไปทุกๆ ที่มีการฆ่าฟันกันทำ

ให้เกิดบาดแผลบาดเจ็บ และอีกอย่างหนึ่ง ภาระหนักที่คามิจะมีความสามารถพิเศษทำให้เราคิดเกี่ยวกับผลกรรมของมนุษย์ และอารมณ์ความรู้สึกในความฝันที่ฝันไว้ ซึ่งมันเกิดขึ้นในโลกของมนุษย์ ในขณะที่ความคิดของมนุษย์ สงบอยู่ชั่วขณะ ธรรมชาติของความคิดก็จะปรากฏ ความฝันมันก็จะถูกตัดผลกรรมออกไป ถ้าความฝันนั้นเป็นความฝันที่ไม่ดี และก็จะหายไป ความฝันนั้นจะเป็นเพียงฝัน เช่น ถ้าเราไม่ชอบคนนี้ในตามฝันมันก็จะหายไปตามที่ฝันและผลกรรมก็จะหายไป แต่ถ้าเราเอามาคิดหลาย ๆ ครั้งเข้าว่าไม่ชอบคน ๆ นี้ ก็จะเป็นการเพิ่มผลกรรมไปฉิบ ก็จะเป็นวิบากกรรม แต่ถ้ามันกลับมาฝันอีก มันก็จะมีการตัดผลกรรมไปอีกหนึ่งครั้ง ในกรณีความฝันนี้ อย่างไรก็ตาม แต่ในโลกแห่งความจริงถ้ามีการคิดที่ไม่ดีหลาย ๆ ครั้ง มันก็จะไม่มีการตัดผลกรรมเลย และมันก็จะมีการบันทึกผลกรรมนั้นไปเรื่อย ๆ

แต่ถ้ามีความฝันแล้วแต่ความฝันที่เกิดขึ้นคนนั้นอาจจะจำไม่ได้ก็ได้ นั่นคือมีการตัดผลกรรมไปแล้ว บางครั้งบางคราว ความฝันอาจจะเป็นความฝันที่ฝันเห็นชัดเจนแม้บางครั้ง อาจจะจำไม่ได้ แต่ความฝันเกือบทั้งหมดจะจำไม่ได้ และจำข้อความสำคัญไม่ได้ และไม่ชัดเจน นั่นเป็นอีกแบบหนึ่ง

Mr. Sigmund Freud ซึ่งเป็นนักจิตวิเคราะห์ ผู้หนึ่งได้ตีความหมาย ของความฝันทั้งหมดว่า ความฝันสามารถถ่ายทอดให้มนุษย์ว่ามนุษย์มีสัญญาณ (ตัณหา ราคะ) และความฝันถ้าคนนั้นฝันอย่างนั้นอย่างนี้ แต่ก็มีการลดวิบากกรรมไป ความฝันแต่ละความฝัน ก็อาจเห็นเป็น ภูมิประเทศ ภาพทิวทัศน์ และต่าง ๆ อีกมากมายและมันก็ปรากฏออกมาแบบนั้น ซึ่งพออธิบายการตีความของความแตกต่าง ข้าพเจ้ากำลังจะบอกว่า ข้าพเจ้าไม่เชื่อว่าจะเกิดเหตุการณ์แบบนั้น และความฝันจะสามารถมาช่วยเหลืออะไรเราได้ไม่สามารถมาช่วยเหลือพวกเราได้ให้หายจากความเจ็บป่วยทนทุกข์ทรมานได้

ความฝันที่ไม่ชัดเจน มันไม่มีความจำเป็นอะไรเลยที่มนุษย์จะเก็บมาใส่ใจ ขอให้คิดว่าเป็นเรื่องปกติและขอให้มีความเคารพในคามิก็พอ ขอให้คิด

ว่าความฝันที่ไม่ชัดเจนเป็นการลดผลกรรม ลดวิบากกรรมให้เรา ในขั้นสุดท้าย ก็พอแล้ว

ข้าพเจ้าคิดว่าเรื่องแบบนี้จะช่วยให้เราได้พบแต่สิ่งที่ดี ๆ

มนุษย์ทุกท่านควรจะขอบคุณในคามิ ที่มีความสามารถทำงานดูและอย่างดีเยี่ยม ผู้คุ้มครองคามิ เป็นผู้ที่ทำงานตลอดทั้ง 3 โลก (โลกมนุษย์,โลกจิตใต้สำนึก,โลกร่างกาย) ทั้งหมดจะก่อให้เกิดผลเกี่ยวกับความคิดที่ไม่ซื่อสัตย์ของมนุษย์ และจะพูดอีกอย่างคือทั้งหมดได้มีการกำหนดจากในส่วนของจิตใต้สำนึกหรืออย่างอื่นได้มีการกำหนดไว้เรียบร้อยแล้ว และได้มีกระบวนการในตัวของสิ่งนั้นเองอย่างธรรมชาติ ในโลกของร่างกายในช่วงเวลานั้น จิตวิญญาณจะใช้ความเป็นไปได้ทั้งหมด ขัดขวาง ต่อต้านผลกรรม จากความคิดที่ไม่ซื่อสัตย์จากขบวนการของมันเอง

ผู้คุ้มครองใครที่เข้าใจเกี่ยวกับสิ่งนี้ มีความรู้สึก เกี่ยวกับ(การ์-เดียน-สะปิริต) Guardian Spirit (ผู้คุ้มครองทางวิญญาณ) จะน้อยมาก และเกือบทั้งหมด เป็นการทำงานของสิ่งที่เกี่ยวกับว่ามีเงาอยู่เบื้องหลัง เช่น ผู้คุ้มครองช่วยผู้นั้น ถึงแม้ว่าผู้นั้นจะมีความเชื่อ จะรู้ตัว จะรู้จักหรือไม่ก็ตาม ซึ่งสิ่งนี้เป็นที่ตระหนักดี ซึ่งเป็นเกียรติประวัติของพระโพธิสัตว์

วิญญาณผู้คุ้มครองจะมีวิธีช่วยมนุษย์หลายทาง เช่น มีคนซึ่งมีแผนการที่จะไปขึ้นรถไฟ แต่บังเอิญเขาคิดสับสนของจึงกลับไปเอาของ แต่ว่ารถไฟขบวนที่เขากำลังจะไปขึ้นเกิดพลิกคว่ำ ซึ่งเป็นโชคดีของเขาที่เขาไม่เกิดอุบัติเหตุครั้งนั้นนั่นเป็นเพราะผู้คุ้มครองได้ช่วยเขานั่นเอง ซึ่งในกรณีนี้เป็นการช่วยเหลือของผู้คุ้มครอง ที่ทำให้ผู้นั้นเป็นคนลืมของ ทำให้เขาลืมของจึงเป็นการแสดงให้เห็นเหตุร้ายล่วงหน้าและในกรณีนี้ก็เหมือนกับวิญญาณผู้คุ้มครองจะใช้วิธี ใช้ให้อีกผู้หนึ่งมาช่วยผู้ช่วยเหลือแทน เช่น มีหนึ่งคนมีความรู้สึก แบบกะทันหันทันทีทันใด และเกิดแรงกระตุ้นให้ไปปกป้อง ไปช่วยเหลือเพื่อนที่ชีวิต เอ ทั้ง ๆ ที่ ไม่มีนัดกับคุณ เอ เลย และไปพบคุณ เอ พร้อมกับเป็นเหมือนกับว่าตนเองมีเรื่องเร่งด่วนจะต้องไปอย่างไรอย่างนั้น หลังจากนี้เขาก็

พบว่า เพื่อนชื่อ เอ กำลังคิดจะฆ่าตัวตาย เพื่อออกจากครอบครัว เพราะเหตุจาก
ธุรกิจล้มเหลว มีการท้อแท้ หมดหวัง เขาได้ช่วยเหลือเพื่อนที่ชื่อ เอ ไว้ได้
ทันเวลาพอดี

กรณีนี้เกิดอะไรขึ้น สิ่งที่เกิดนั้นเพราะวิญญาณผู้คุ้มครองคุณ เอ ได้ใส่
ความคิด กระตุ้นจริงให้เพื่อนของคุณ เอโดยส่งเป็นความยาวของคลื่นมา
คุ้มครองกับสิ่งนั้นให้คุณ เอ ซึ่งนั่นเป็นการช่วยเหลือจากวิญญาณผู้คุ้มให้คุณเอ
พ้นจากสิ่งเลวร้าย

สิ่งที่เกิดขึ้น ทั้ง 2 แบบนี้ก็เกิดขึ้นแก่ชีวิตมนุษย์เสมอ (การส่งคน
มาช่วย) วิญญาณของผู้คุ้มครอง จะคอยปกป้องคุ้มครองให้แก่ผู้อยู่เบื้องล่าง
ตลอดเวลา ทั้งเวลาพักผ่อน เวลานอน (24ชม.) ตลอดทั้งวันและคืนที่จะทำให้
ความไม่ลงรอยกัน ความไม่สมปรารถนาของมนุษย์ประสบผล

อย่างไรก็ตามยัง ไม่มีผู้ใดมาช่วยคุ้มครองดูแลตามธรรมชาติ มนุษย์ก็ต้อง
มีความพยายามด้วยตนเองอยู่และทั้งผู้หญิงทั้งชาย แต่ว่าอาจไม่สำเร็จ และผู้
คุ้มครองก็จะคอยช่วยให้ทั้งหญิงและชายได้เพิ่มความพยายามมากขึ้น ๆ เพื่อให้
เรียนรู้ให้มาก ให้มีประสบการณ์มาก ๆ เท่าที่เป็นไปได้

ในที่นี้ ในจุดที่ผู้คุ้มครองไม่สามารถเข้าไปช่วยเหลือผู้นั้นได้เต็มที่ก็
เพราะว่า ผู้นั้นไม่มีความคิดว่ามีผู้คุ้มครองอยู่ ไม่เคารพไม่เชื่อและเขาก็จะ
ไม่ได้รับการช่วยเหลือเต็มที่ และตรงข้ามถ้าผู้ใดมีความคิดแบบนี้ เคารพใน
ผู้คุ้มครองก็จะสื่อสารและเข้ามาช่วยง่ายขึ้นจะมีการเข้ามาช่วยอย่างไร และ
คุ้มครองอย่างง่าย ๆ ต่อผู้นั้นถ้าผู้นั้นมีการเคารพ นับถือและเชื่อมั่นใน
ผู้คุ้มครองและไม่มีอะไรที่จะเข้ามาช่วยอย่างหนึ่ง ๆ ถ้าผู้นั้นไม่มีความเคารพใน
ผู้คุ้มครอง และไม่มีความจำเป็นอะไรเลย ที่มนุษย์จะทราบผู้คุ้มครองของเขา
เวลาที่เขาอยู่ในโลกนี้หรืออีกอย่างหนึ่ง คือทั้ง ๆ ที่ผู้คุ้มครองมีความพยายามที่
จะช่วยเหลือมีความพยายามที่จะคุ้มครอง แต่ว่าผู้นั้นไม่สนใจเลย ไม่อยากมอง
ไม่อยากคิด ผู้คุ้มครองก็จะเข้ามาคุ้มครองลำบาก มันยากมากที่จะคุ้มครองเขา
ในกรณีนี้ทางช่วยเหลือที่ดีที่สุดก็คือเวลานอน ให้เข้าฝันและช่วยชะล้างผล

วิบากกรรมให้เหมือนเป็นการใช้ชีวิตธรรมดาของเขาซึ่งเป็นเหตุการณ์สำคัญนั่นเอง จะคอยช่วยเหลือ โดยช่วยลดผลกรรมทางความคิดจากสมอง หลังจากที่ผู้นั้นได้ตื่นขึ้นมาแล้วจะเข้าคุ้มครองคนประเภทนี้ก็คือว่าใช้วิธีกระจายงานโดยส่งต่อไปยังผู้อื่นเข้ามาช่วยเหลือทางอ้อม โดยจัดหาคนมาช่วย โดยให้เข้ามาเตือนบ้าง ไม่ให้เป็นอย่างนั้นอย่างนี้แล้วแต่สถานการณ์ ซึ่งคนที่เข้ามาเกี่ยวข้องนั้นจะเป็นผู้ที่มีพรหมลิขิต มาตั้งแต่ชาติก่อน ๆ คือ เคยมีความสัมพันธ์กัน เคยรู้จักกัน ในเวลานั้น ความคิด มนุษย์ว่าได้รับการช่วยเหลือ นั่นมันรู้ลึกมากนับว่ามันมีส่วนประกอบหลายอย่างเช่น ผู้ที่เข้ามาช่วยเหลือมีผลกรรม ทำให้เกิดภาพลวงตา ไม่มีแสงสว่าง เกิดความมืดมิด คือ หมดหนทางช่วย ก็เป็นเรื่องสุดวิสัย แสงสว่างส่องผ่านผู้นั้นไม่ได้ผู้มาช่วยเหลือแทนผู้คุ้มครอง

ถ้าจิตวิญญาณผู้นั้นได้ทำการยอมรับในคามิ มีการขอร้องสวดอ้อนวอนให้เข้ามาช่วยเหลือ ก็จะแผ่รัศมีออกจากจุดศูนย์กลางและสนองความต้องการของผู้นั้นได้ แสงนี้จะเสาะหาหนทางและหาวิธีตัดผลกรรม และส่องผ่านมายังผลกรรมและให้สำเร็จผลในที่สุดและเพิ่มพูนขึ้นเรื่อย ๆ ในเมื่อเขามีความสนใจในศาสนาลัทธิในเบื้องต้น ถ้าผู้นั้นมีความเชื่อคิดถึงสิ่งศักดิ์ สิทธิ์บ้างในขึ้นต้นก็ยังดีถึงแม้เขาจะเป็นผู้ที่ไม่เคยคิดเลย เอาแต่ผลกำไร เอาแต่ประโยชน์ส่วนตน (ที่ผ่านมาก็ตาม)ในเวลานี้ ผู้คุ้มครองจะเป็นผู้นำทางให้ได้พบสันติสุข แด่เขาและเธอให้พบกับสิ่งดีเหมาะสมและสิ่งที่ดีในชีวิต

ในบางกรณี อาจหมายถึง การทำงานของผู้คุ้มครอง ที่จะให้เขาได้พบกับโลกของวิญญาณไปเลย นั้นหมายถึง ความตายนั่นเองซึ่งจะเป็นการส่งผลให้เกิดประโยชน์มาก เป็นทางออกที่ดีที่สุด ซึ่งเขาเองก็คงไม่รู้ แต่ผู้คุ้มครองเป็นผู้ตัดสินให้เพื่อให้จิตวิญญาณเขาได้ไปสู่สุขตินั่นเองเหมือนกับสามารถมองจากเบื้องบน ผู้คุ้มครองอาจจะเป็นส่วนหนึ่ง ให้แก่มนุษย์ และส่งให้เขาได้พบกับสิ่งที่ดีที่สุดเพื่อเขาเหล่านั้น

ถ้ามนุษย์ อยากจะทำให้พรหมลิขิตทำให้ชีวิตดีขึ้นและพบกับความสุข เขาต้องมอบความไว้วางใจทั้งหมดและยอมรับในคามิและมอบภาระหน้าที่ให้

แล้วแต่คามิ ผู้จักบุญคุณ รู้จักคุณค่าของคามิและรู้จักขอบคุณคามิ สิ่งนี้จะส่งผลให้เขายอมรับในคามิและจะเป็นผู้คอยเติมเต็มให้เขาได้

ถ้าเขาได้มีการคงไว้ซึ่งความเคารพในจิตใจของเขา และก็จะทำให้เขาได้หลุดพ้นจากสิ่งชั่วร้ายและก่อให้เกิดพฤติกรรมและผลที่เป็นไปแบบธรรมชาติและเรื่องดี ๆ และชีวิตทำอะไรก็จะง่ายขึ้น และพบกับหนทางแห่งความสุข เหตุผลคือ สิ่งที่จะทำให้เขาและเธอเกิดความรู้สึกขอบคุณความกตัญญูและสิ่งดี ๆ ก็จะถูกส่งตรงมายังเขาและเธอในที่สุดและจะทราบว่าจริง ๆ ตนเองกับคามิก็เป็นครอบครัวเดียวกัน มีความสัมพันธ์กันและเขาก็จะพบทางออกที่ดีที่สุด

เมื่อถึงแม้ว่าผู้นั้นจะไม่รู้เกี่ยวกับว่าจิตวิญญาณเป็นเช่นไร แต่ให้เขาได้พิจารณาไตร่ตรองได้เรียนรู้โดยสมาธิ จนรู้จักหลักธรรมคำสอน และทำจิตใจให้ว่างเปล่าเขาก็จะได้รับอะไรบางอย่างอย่างไม่เคยปรากฏมาก่อน ซึ่งนั้นจะส่งผลให้ความรู้สึกที่ไม่ดีต่อผู้อื่นที่มองดูว่าเกิดอะไรขึ้นทั้ง ๆ นี้เขาได้ถูกส่องแสงจากคามิแต่กลับกันและเขากลายเป็นผู้ซึ่งได้ถูกวิญญาณร้ายเข้าสิงสู่ไปแล้ว ซึ่งเรื่องนี้มันค่อนข้างจะไม่เหมือนกับลักษณะทั่วไปของเขาเลยที่เดียว คือมีความร่าเริงสบายใจ มีความสุขในบางครั้ง

ข้าพเจ้าจะไม่ขอแก้ตัว หรือสนับสนุนด้วยคำพูด ในการที่เขามีความว่างเปล่า โดยการนั่งพิจารณา ทำใจให้สงบมันอันตรายมาก ๆ ที่จะพยายามทำแบบนั้น ถ้าเขาไม่มีผู้ดูแลทางจิตวิญญาณนำทางที่ดี

ข้าพเจ้าเชื่อว่าถ้ามนุษย์จะสร้างความว่างเปล่าโดยการขอบคุณในคามิและจิตวิญญาณและจะเป็นหนทางจะได้รับทางสร้างและเขามีความขยันพากเพียร มีความขยัน อย่างตั้งใจ มันก็จะง่ายขึ้นและเป็นไปอย่างธรรมชาติ ที่จะติดต่อโดยตรงจากคามิ ด้วยเหตุผลนี้ก็จะสามารถทำให้เขาได้พบหนทางสว่างได้

อย่างไรก็ตาม ถ้าเขาได้มีความทุกข์ยากอย่างไรก็ดีไม่ว่าสภาพใดเขาก็จะได้รับแสงสว่างอย่างแน่นอนถ้าเขามีความเชื่อว่าเขาจะได้รับความคุ้มครองจากผู้คุ้มครองทางจิตวิญญาณมันไม่มีความจำเป็นเลยที่จะค้นหาเหตุผลสำหรับบาง

สิ่งบางอย่างของผู้กำหนดจิตวิญญาณ จะทราบชื่อของเขาและครอบครัวของเขาเมื่อเวลาที่เขามีชีวิตอยู่ในชาติก่อน ๆ

มันคิดได้ง่าย ๆ มากเลย ก็คือว่า ถ้าเขารู้จักบุญคุณ ขอบคุณในคามิคามิก็จะเป็นผู้นำทาง บรรพบุรุษของท่านผู้ที่ได้จากท่านไปนั่นเองถึงแม้ว่าคุณจะไม่ทราบว่าเขาเป็นใคร ท่านก็จะได้รับความคุ้มครองด้วยพลังอย่างแรงกล้าจากคามิ

ถ้ามีอะไรที่ขุ่นข้องหมองใจและได้กล่าวคำขอความช่วยเหลือจากเบื้องบนและผู้คุ้มครองจากคามิโดยการให้คำตอบโดยตรงถึงคุณเลย จากบุคคลอื่น เหมือนกับที่เคยกล่าวถึงเนื้อหาในบทก่อนๆ คำตอบจะกลับมาจากปากของบุคคลอื่นที่ท่านได้พบเห็น คำตอบอาจจะตอบถึงคุณอย่างฉับพลัน ในช่วงเวลาเสี้ยววินาที โดยหลังไปการหยั่งรู้สิ่งที่เกิดขึ้น โดยสัญชาติญาณ ซึ่งคนแรกที่ ท่านพบจะเป็นผู้ให้คำตอบแก่ท่าน ขอให้ท่านเชื่อเถอะว่าท่านจะได้ความกระจ่างอย่างแน่นอน ประสบการณ์ก็จะนำพาท่านไปเอง ไม่มีอะไรที่จะเป็นอุปสรรคแก่ท่านได้ ท่านจะต้องใส่ใจมาก ๆ เกี่ยวกับสัญชาติญาณหยั่งรู้ตัวที่ 2 นี้ (ความรู้สึกหยั่งรู้) เพราะเป็นคำตอบของผลกรรม ผลกรรมจะตอบท่านเสมอว่า นั่นมันสะดวกนะ นั่นมันดีนะ ซึ่งมันเป็นเหมือนว่ามันสะดวกดีมาก เลยสำหรับท่าน ผู้คนมักจะทดสอบเกี่ยวกับสิ่งนี้ เพราะว่ามันสำคัญมาก ในทุก ๆ สถานการณ์ ในการเชื่อในผู้คุ้มครองและมีความรู้สึกขอบคุณไปยังผู้คุ้มครอง

คณะผู้แสวงบุญได้กล่าวถึงท่านพระอาจารย์ Kobo ครูสอนศาสนาชาวญี่ปุ่น กล่าวไว้ว่ามนุษย์ไม่สามารถอยู่คนเดียวในโลกได้ แต่จะไปที่ไหน ๆ 2 คนเสมอจะมีผู้ติดตามไปด้วยผู้ติดตามนั้นคือจิตวิญญาณของเขานั้นเอง ผู้ที่จะเป็นผู้ที่อยู่กับคามิ ตลอดเวลา มันเป็นเหมือนกับคำสอนไปศาสนาคริสต์ ที่ได้สอนไว้ว่าพระเจ้าจะอยู่เคียงข้างท่านเสมอ จริง ๆ คนส่วนใหญ่คิดว่าพระเจ้าจะอยู่ แต่ผู้คุ้มครองของพวกเขา อยู่ติดกับตัวเขาตลอด ถ้าเขาคิดแบบนี้เขาก็จะมีพลังเขาได้มีผู้คุ้มครองเหมือนกับบรรพบุรุษเขา และในเวลาเดียวกันเขาก็ได้มีผู้คุ้มครองอยู่เบื้องหลังเขา

และก็เช่นกันแทนที่เขาจะใช้จิตวิทยาในการวิเคราะห์ว่าความสามารถทางจิต จะทำให้ช่องมันง่ายขึ้น ถ้าเขาคิดมากก็จะทำให้ไม่สบาย ทำให้คิดมาก มันจะดีมากถ้าเขามีความเชื่อว่าสิ่งที่เกิดขึ้นกับเขาที่ไม่ดีคือการตัดวิบากกรรมที่มันสะสมพอกพูนมาตั้งแต่ชาติก่อน ๆ และในเวลาเดียวกัน มันสำคัญมากที่ท่านจะต้องมีความเชื่อว่าผู้คุ้มครองท่านได้คุ้มครองท่านอยู่ตลอดเวลา จะเป็นผู้คอยช่วยให้ท่านพ้นจากความล้มเหลว และประสบผลสำเร็จ

จากการวิเคราะห์เหตุและผลที่เขามีความทุกข์ว่าทำไมเขาสงสัยว่า เขามีความทุกข์ใจ ทำไมชีวิตนี้จึงเป็นเช่นนี้ ขอให้ท่านอย่าได้กังวลใจเลย เพราะว่าถ้าท่านกังวลใจ ก็ลังจำทำให้ท่านมีความทุกข์และทำให้จิตใจอยู่ห่างจากคามิ คามิจะคอยช่วยเฉพาะคนที่มีใจสะอาดบริสุทธิ์ มีใจเบิกบานเท่านั้น

คามิ คือพระเจ้า คือแสงสว่าง ข้าพเจ้าได้อยู่กับ คามิ ตลอดเวลาทั้งความรักและแสงสว่างแห่งความสุข และเช่นกัน ข้าพเจ้าได้อยู่ภายใต้การคุ้มครองของผู้คุ้มครองข้าพเจ้า ในอดีตจะหมดไม่ขอให้จดจำไว้มันจะสูญสิ้นไปหมดพร้อมทั้งความเจ็บปวดทั้งกายและใจ และก็จะทำให้ท่านมีความสุขใจมีความเบิกบานใจ และนั่นคือสิ่งที่สำคัญที่สุดที่ท่านพยายามกระทำได้ด้วยตนเองและท่านก็จะหลุดพ้นจากกระลอกคลื่นของผลกรรม

มันสำคัญมากที่ท่านจะต้องสร้างความรักบนโลกนี้และให้อภัย
รักตัวท่านเองและรักผู้อื่น
ให้อภัยตนเองและให้อภัยผู้อื่น
นี่คือทางแห่งแสงสว่างที่ท่านจะหลุดพ้นจากผลกรรม

ทุก ๆ ท่าน ล้วนต้องการความรัก ความสงสาร ความเมตตากรุณาจากพวกเรา และผู้อื่น และขอให้ เราส่งเสริมและสนับสนุน

ถ้าเห็นไม่มีความถูกต้อง ไม่มีแรงที่จะส่งเสริม สนับสนุนตัวท่านขอเพียงขอให้ท่านได้มอบ ความไว้วางใจแก่คามิและผู้คุ้มครองของท่าน ท่านก็จะได้รับความไว้วางใจกลับมาอย่างแน่นอน คามิจะให้ความรัก ให้แสงสว่าง

ให้แก่ทุกคน เราก็จะอยู่ในความรักของคามิ และจิตวิญญาณก็จะถูกดูแลและให้
ความรักไม่มีอดีตจะต้องความเศร้าทั้งหลายไป ซึ่งการคิดแบบนี้จะไม่พูดและ
ไม่คิดสิ่งที่ผ่านมาจะให้นึกถึงแต่สิ่งที่จะเกิดขึ้นข้างหน้า สิ่งที่ดีเท่านั้น
ซึ่งสำคัญมาก

การให้ความรักและให้อภัยแก่คนทั้งโลกเป็นสิ่งที่สำคัญ รักตนเอง รัก
ผู้อื่น ให้อภัยตนเอง และรู้จักให้อภัยผู้อื่น เป็นสิ่งที่จะกลายเป็นสิ่งที่ดี ทุกสิ่งจะ
ทำให้เราได้รับสิ่งที่ดีขึ้น โดยจิตวิญญาณ ซึ่งแน่นอน จิตวิญญาณจะอยู่คุ้มครอง
ให้เรา

บทความที่ 6
ศาสนาที่ถูกและศาสนาที่ผิด

ประโยคแรกที่จะถามคือ **ศาสนาคืออะไร**

ข้าพเจ้าจะขอชี้แจง ศาสนาคือ คามิ พระพุทธเจ้า (ผู้ที่ติดต่อระหว่างคามิ และศาสนิกชน) คือผู้ที่ให้คำสอนแก่ผู้คนว่า ศาสนาคืออะไร จุดประสงค์ หน้าที่คือ ทำให้มนุษย์มีความกระจ่าง มีความตระหนักในสิ่งที่เกี่ยวกับ ลักษณะ พิเศษ ระหว่างการเปรียบเทียบว่าศาสนาที่ผิดและถูกนั้นต่างกันอย่างไร

คามิเป็นความคิดของมนุษยชาติ ให้พลังงาน ให้ความรัก และชีวิตและ จะมีการสร้างสันติได้อย่างไร และการมีความซื่อสัตย์เป็นเหมือนอย่าง คามิคือ สิ่งที่วิเศษ เป็นแหล่งกำเนิดและเป็นผู้เติมเต็มให้ความสมบูรณ์แก่มนุษย์

มนุษย์เป็นสิ่งที่มาจากคามิ บางครั้งมนุษย์มีความทุกข์ในเรื่องใดอยู่ในใจ ก็จะอยู่ในความคุ้มครองของคามิ

มนุษย์ถ้าได้ถูกแยกออกจากคามิแล้วและได้เรียกคามิและตื่นรู้สึกตนเอง ซึ่งคนนั้นก็ได้รับคำสอนของพระพุทธศาสนิกชนที่เป็นพระอาจารย์และคำ สอนของพระเยซูคริสต์ ซึ่งได้บอกกล่าวว่าศาสนาใดก็พูดไว้แบบนี้เหมือนกัน

โดยเริ่มจากคน ๆ หนึ่งและความสัมพันธ์ของคามิกับคนก็จะเกิดขึ้นและ เขาเหล่านั้นก็จะได้รับความจริงในการฝึกปฏิบัติและได้รับหนทางดำเนินชีวิต และเกิดสันติภาพและได้รับการตรัสรู้ถ้าคนได้รับการแก้ไข ได้รับการคุ้มครอง จากคามิผู้นั้นก็จะได้รับแต่สิ่งที่ดีแน่นอน ได้รับสันติภาพแน่นอนคนเหล่านั้นก็ เป็นศาสนิกชนจริง ๆ จากพระอาจารย์ แต่ว่าคนเหล่านั้นถ้าได้สิ้นชีวิตแล้ว พอ สิ้นชีวิตลงก็จะได้รับคำสอนที่แตกต่างกัน เพราะอยู่อีกโลกหนึ่งมีพระอาจารย์

อีกคนหนึ่ง และได้รับคำสอนในแบบต่าง ๆ เป็นกลุ่ม ๆ ที่ญี่ปุ่นก็มีการสอน
เป็นกลุ่ม ๆ เล็ก ๆ และสอนให้แก่กันและกัน และความคิดก็จะแตกต่างกันไป
ในสมัยก่อนก็จะมีชินโต ศาสนาพุทธ เป็นหลักและคริสต์และศาสนาอื่น ๆ อีก
มากมาย

ซึ่งในเรื่องนี้ศาสนาแต่ละศาสนาของแต่ละประเทศในโลกนี้ ก็จะมี
รูปแบบที่แตกต่างกันออกไป ในสมัยก่อนจะมีการฝึกปฏิบัติโดยตนเองและก็
ตรัสรู้ด้วยตนเองและบางสมัยจะค่อย ๆ มาถึงสมัยปัจจุบันนี้ก็จะเริ่มมีการ
เปลี่ยนแปลงโดยมีการห่างเหินการปฏิบัติ และได้เริ่มยึดถือตามคำสอนแต่
ไม่ได้หมายความว่าผู้ใดปฏิบัติจะพบกับหนทางแห่งแสงสว่างได้

ศาสนาจะแยกออกเป็น 3 ส่วน คือ

1. การฝึกให้ลึกซึ้งโดยอาศัยหลักของตำราคำสอนให้รู้แจ้งด้วยตนเอง
ตามทฤษฎี

2. การฝึกปฏิบัติโดยการแบ่งแยกออกเป็นกลุ่ม ๆ และปฏิบัติด้วยกัน

3. การฝึกปฏิบัติด้วยตนเองให้รู้อย่างแตกฉาน

ซึ่งการศึกษาโดยอาศัยตำราก็จะไม่ค่อยได้ประโยชน์อะไรมากนักจะมี
เฉพาะความรู้เท่านั้นเอง มีความรู้เฉพาะวิชาการเท่านั้น ซึ่งถ้ามีเฉพาะวิธีการแต่
ไม่เผยแพร่ให้ผู้คนได้รับรู้ก็จะไม่เกิดผลอะไรขึ้นมาเลย และการสอนให้กับ
ผู้คนต่าง ๆ โดยให้เห็นแต่รูปลักษณ์ว่าเป็นอย่างไรเท่านั้นก็จะไม่เกิดผลอะไร
คามิจะอยู่กับพวกเราตลอดกาลและเราก็จะอยู่กับคามิตลอดกาลเช่นเดียวกัน
โดยไม่มีที่สิ้นสุด การศึกษาโดยใช้ตำราอย่างลึกซึ้งอย่างเดียวนั้นจะรู้แจ้งอย่าง
เดียวเลย คามิจะไม่สามารถอยู่ในใจของคนเหล่านั้นได้ คามิเป็น ทุกสิ่งทุกอย่าง
ในสิ่งมีชีวิตใด ๆ ก็เป็นตลอดกาลและมีศาสนาไม่ใช่ตำราหรือวิชาการ ศาสนา
ไม่ใช่วิธีการและการศึกษาหลักการและความคิดพื้นฐานของศาสตร์แขนงใด
แขนงหนึ่งโดยเฉพาะและมนุษย์ก็มีชีวิตจิตใจเช่นกัน และสร้างโลกโดยคามิ
และมนุษย์คืออะไร คือคำสอน การปฏิบัติให้เกิดผล การมีความสัมพันธ์
ระหว่างคนกับคามิ ได้รับความรู้แจ้งเห็นจริง

คำสอนเป็นเหมือนสัญญาณใหม่ เป็นหนทางแห่งใหม่ เป็นประตูแห่งใหม่ให้แก่มนุษย์ ให้พบกับความรักและสันติภาพ

ความรักคือการมีคามิอยู่ในตัวบุคคลนั้น ความรักคือความสัมพันธ์ระหว่างคนกับคามิและเกิดสันติภาพและก็จะเกิดความรักในทุกสถานการณ์ ความรักนั้นคนที่เข้ามาในศาสนาเท่านั้นถึงจะเรียนรู้ได้ แต่ถ้าไม่สามารถค้นหาความจริงและไม่รู้ว่าความบกพร่องคืออะไรก็จะไม่รู้ความจริงระหว่างสันติภาพที่เป็นจริงและไม่เป็นจริง

มนุษย์จะมาจากโลกที่แล้วและถูกคุ้มครองมาจนถึงโลกนี้ การจะได้รับความรักจาก คามิ คือการมีความรักอยู่ในตัวของบุคคลนั้นแล้ว และถ้าผู้นั้นได้ฝึกปฏิบัติและศึกษา คามิก็จะเข้ามาอยู่ในใจและจะมาอยู่ในตัวของคน ๆ นั้น คนที่ได้รับการศึกษา ได้รับการปฏิบัติ จนรู้แจ้งได้มีคามิเข้ามาในจิตใจแล้ว ก็จะมีคามิเข้ามาอยู่ในตัวและได้อธิฐานสิ่งต่าง ๆ ก็จะได้รับสิ่งนั้นได้รับความรักจากคามิและก็จะรู้ว่า สิ่งของเป็นเพียงวัตถุ ทุกสิ่งทุกอย่างในโลกเป็นอนิจจังไม่เกี่ยว เป็นเพียงสิ่งของเท่านั้นและอีกกลุ่มหนึ่งคือผู้ที่ฝึกปฏิบัติจนรู้แจ้งด้วยตนเองก็จะได้รับพลังงานโดยตรงจากคามิและได้รู้แจ้ง โดยได้รับคลื่นของแสงและการสั่นรัวของคลื่นคนที่รู้แจ้งก็จะได้รับแสงสว่างจากคามิ และได้รับความคุ้มครองได้รู้แจ้งและในตอนนั้นก็ได้รับพลังงานและได้ใช้พลังงานโดยได้รับจากบรรพบุรุษ ซึ่งเป็นตัวแทนของคามิในรูปแบบต่าง ๆ ตามที่เคยได้กล่าวมาแล้ว

พุทธศาสนิกชนได้ถูกสอนว่าเป็นแบบนั้นเป็นแบบนี้ ซึ่งนั่นเป็นเรื่องสำคัญเป็นความรู้เป็นตำราให้ทุกคนปฏิบัติตาม ถึงอย่างไรเรื่องนั้นก็จะกลายเป็นเรื่องจริง ซึ่งพวกเราก็ได้ประจักษ์ชัดแล้ว ถึงตอนนี้ ซึ่งในคำสอนของศาสนาคริสต์ก็เช่นเดียวกัน

ศาสนาที่มีเฉพาะตำราคำสอนไม่มีวิธีการปฏิบัติก็จะไปได้ไม่ไกลและไม่มีความมั่นคงและส่งผลถึงผู้คนทั้งหลายได้และอีกทางหนึ่งคือจะมีแต่ความรู้และก็จะได้รับสิ่งที่ไม่สำเร็จในรูปแบบต่าง ๆ เพราะเกิดการผิดพลาด

คามิกับมนุษย์

การได้รับคำสอนอย่างเดียวในศาสนิกชนโดยไม่ได้รับการปฏิบัติให้ถูกต้องนั้น ก็จะได้รับแต่ความกังวลใจ ได้รับความลำบาก และได้รับผลที่ไม่ค่อยง่ายเลย

ผู้ก่อตั้งผู้สถาปนาหรือผู้ดำเนินชีวิตภายใต้หลักการของศาสนายุคก่อนมาถึงตอนนี้คนที่มีแต่วิชาความรู้ คนที่ได้รับแต่การอบรมคนทั้งหมดนี้จะได้รับรู้แล้วว่าเขาได้รับสิ่งที่ดีได้เดินทางมาถูกทางแล้วแต่ยังไม่ได้รับการปฏิบัติถูกต้อง ซึ่งคนเหล่านี้จะได้รับการเรียกว่าเป็นผู้ปฏิบัติถูกต้องแล้วไม่ได้ถึงแม้ว่าจะได้รับความรู้มีวิชาที่ดีแล้วแต่ก็ยังผิดอยู่ยังไม่ถือว่าเดินทางมาถูก

การดำเนินชีวิตภายใต้ศาสนาตลอดชีวิต จะมองว่าได้รับผลประโยชน์ได้ทำถูกต้องแล้วก็ไม่ใช่ วัตถุประสงค์ของศาสนาก็คือการจะทำอย่างไรให้ผู้คนได้รับการดำรงอยู่ของชีวิตที่ถูกต้องด้วยตัวของเขาเองและปลุกให้เขาตื่นขึ้นมาให้ได้เพื่อให้สำนึกได้คือความมีจิตใจว่างเปล่า คู-อุ (Kuu) นี่เป็นคำสอนที่ถูกต้องแต่ความผูกพันที่ลึกซึ้งนั้น เหมือนในโลกนี้ ซึ่งสังขารทั้งหลายเป็นสิ่งที่ไม่แน่นอน ซึ่งก็ไม่ใช่หลักการพื้นฐาน ซึ่งเราเชื่อว่าคำวินิจฉัยที่เปล่งออกมาจะสามารถทำให้ผู้คนจำนวนน้อยนิดเชื่อได้ซึ่งจริง ๆ เป็นเรื่องจริง

ผมเชื่อว่าทุกคนมีสังคม มีชีวิต มีตัวตน มันไม่ใช่เหตุผลที่จะไปสอนพวกเขาเหล่านั้นไม่ให้ไปคิดเกี่ยวกับสังคมโลก วิทยาศาสตร์ธรรมชาติของโลกซึ่งก็เพื่อจะสอนว่า อยากจะให้รู้ซึ้งถึงคำสอนให้รู้ว่าได้ผลประโยชน์อะไรในการปฏิบัตินั่นคือสิ่งที่ดีที่สุด ให้รู้โดยจิตใต้สำนึกและให้มนุษย์ได้รู้ถึงสิ่งที่ตนเองเกิดมาได้อย่างไร จากอะไร ทำไมเกิดมาและชาติต่อไปให้สำนึกให้ได้เกี่ยวกับเรื่องสำคัญและให้รู้ว่าจริง ๆ มนุษย์ก็เป็นส่วนหนึ่ง ของคามีมาจากคามินั่นเอง

ตอนนี้ผมอยากจะอธิบายเกี่ยวกับโลกของการตายคิดว่าคนที่ยังไม่ได้อ่าน และยังไม่ได้รับการอธิบาย คงจะเข้าใจยังไม่แจ่มแจ้งนักหรือเข้าใจยาก

ซึ่งส่วนสำคัญที่ลึก ๆ ของมนุษย์ที่มีความทุกข์การกังวลก็คือการกลัวการตาย เพราะความเจ็บปวด ความทุกข์ทรมานทางกายและทางใจ ความ

บาดเจ็บมันจะไม่ได้รับบาดเจ็บเลยถ้าคนนั้นไม่มีความหวั่นวิตก ไม่มีความกลัว
ในคามิ

ข้าพเจ้าคิดว่ามนุษย์โลกทั้งหลายที่เกิดมาในโลกนี้ ห่วงกังวลเกี่ยวกับ
ความตายไม่ใช่หรือครับ มนุษย์ถ้าตายไปแล้วก็จบกัน หรือไปสู่สวรรค์หรือถูก
ส่งไปยังอีกโลกหนึ่ง เวลาที่มีความลี้ลับจะส่งผลทำให้เรางง ไม่เข้าใจว่า
คืออะไร

มนุษย์ไม่ใช่เกิดมาและเป็นส่วนหนึ่งของคามิและเกิดมาและก็ตายและ
จบกันซึ่งก็ได้กล่าวมาแล้วตั้งแต่แรก ๆ

ความตายก็จะถูกส่งมาจากโลกของจิตวิญญาณคือโลกของอดีต (และจะ
ถูกส่งไปยังชาติหน้าหรือชีวิตในโลกหน้า) The Japanese (การกลับมาเกิด) คน
ญี่ปุ่นตั้งแต่สมัยโบราณเชื่อว่าคำว่าโอะ-อุ-โจ คือการไปเพื่อเกิด คือการตาย
หรือการไปตาย นั่นเอง คนสมัยก่อนบอกกล่าวกันมาว่าเป็นเรื่องของความตาย
การตายของมนุษย์ก็คือการสูญเสียร่างกายไปเท่านั้น ขณะเดียวกันจิตวิญญาณที่
อยู่ในร่างกายที่ไร้การเคลื่อน ก็จะยังอยู่และเป็นส่วนหนึ่งของคามิ

ต่อไปนี้จะกล่าวอีกครั้งอาจจะซ้ำกับที่เคยกล่าวมาแล้วก็ได้คือจิต
วิญญาณเป็นส่วนหนึ่งของคามิจิตวิญญาณจะอยู่ภายในร่างกาย ร่างกายก็จะ
เปรียบเสมือนกับรถที่มีคนขับให้เคลื่อนที่เหมือนกับที่ข้าพเจ้าได้อธิบายไว้
หลาย ๆ บทก่อนแล้วว่ามนุษย์ก็เป็นสิ่งที่มีรูปร่างนอกจิตวิญญาณ เหมือนกับ
เสื้อผ้าที่สวมใส่ ถ้าร่างกายที่สูญสลายไปจิตวิญญาณก็ยังอยู่

จิตวิญญาณเป็นคลื่นที่ละเอียดอ่อนภายใต้จิตใต้สำนึกจะเข้าไปยังคลื่น
ของจิตวิญญาณที่ละเอียดและสั้นและกว้างและอยู่ในร่างกายของมนุษย์และ
กลายเป็นมนุษย์เป็นตัวของตนออกมาในกฎการเกิดมันก็เกิดขึ้นตามขบวนการ
ของมัน

ถ้าร่างกายมนุษย์ได้สูญสลายไปแล้วจิตวิญญาณก็ยังคงอยู่และจะยังคง
ดำรงชีวิตของจิตวิญญาณอยู่แบบนี้ จิตวิญญาณทั้งหลายและร่างกายทั้งหลายก็
จะมีการดำเนินชีวิตของตนเองมีการดำเนินชีวิตอย่างไร ก็คือการได้รับการทำ

ผลกรรมทั้งหลายที่เคยกระทำทั้งชาติต่าง ๆ ก็จะสะสมมาและเกิดการใช้ผลกรรมในเรื่อย ๆ ตามชาตินั้น ๆ ไป ถ้าคนนั้นมีความรักมีความเมตตาต่อคามิคนนั้นก็จะได้รับสิ่งที่ดีจากคามิ

ความจริงก็คือ จะมีการแบ่งแยกชั้นออกเป็น 3 ชั้น คือ

1. ชั้นสวรรค์
2. ชั้นมนุษย์
3. ชั้นภูตผีวิญญาณ

ชั้นสวรรค์จะมีคนที่ไม่ต้องการอะไร มีผู้พ้นจากกิเลสตัณหามาก ๆ จะมีแต่ผู้ที่สละแล้วซึ่งกิเลส เช่น คนที่มีจิตใจใกล้เคียงกับคามิหรือชั้นมนุษย์ก็คือคนที่เป็นมนุษย์ธรรมดา คนชั้นนี้จะมีจิตใจที่ขึ้น ๆ ลง ๆ เพราะอยู่ชั้นกลาง มีจิตใจที่ขี้เกียจก็มี เพราะอยู่ไกลจากชั้นสวรรค์ และสุดท้ายคือคนที่อยู่ชั้นวิญญาณ ตนเองจะมองเห็นทุกอย่างและอยู่ชั้นต่ำสุด แต่จะอยู่ไกลชั้นสวรรค์มาก ๆ จะอยู่เฉพาะส่วนของตนเอง และละเอียดอ่อนมาก บางครั้งจะทำให้ผลกรรมนั้นค่อย ๆ ลดลง ๆ ค่อย ๆ ใช้ลงแต่ลดลง ซึ่งมนุษย์จะต้องตระหนักให้มาก ๆ ถึงสิ่งที่ดีงาม ขอให้มนุษย์ทำความดีและผลก็จะบังเกิดขึ้นมาเองและจะพูดอีกอย่างหนึ่งก็คือในชั้นภูติวิญญาณจะมีการเปลี่ยนแปลงที่เร็วมากแต่ยากเพื่อนำไปใช้ในทางที่ดีขึ้น และก็จะหนักมากเหมือนกับชั้นมนุษย์ก็จะมีการกระทำที่เหมือกันเป็นอย่างไร เช่น เหมือนกับคนที่ยืมเงิน 1 ล้านบาทและต้องชดใช้เดือนละ 1 หมื่นบาท ก็ต้องใช้ให้หมดพร้อมดอกเบี้ยซึ่งมันลำบากมาก

ถึงจะอย่างไรก็ตามการดำรงของชั้นมนุษย์และวิญญาณก็เหมือนกันก็ต้องใช้ผลกรรมที่เคยก่อให้หมดเช่นกันและอีกอย่างคือการดำรงชีวิตของมนุษย์ก็มีผลเกี่ยวกับใจด้วยทุกชั้นถึงจะเป็นชั้นมนุษย์ ชั้นจิตวิญญาณก็ขึ้นอยู่กับการดำเนินแบบแผนของตนเองและชั้นมนุษย์จะมีการดำเนินที่ดีและสำเร็จมากกว่า ชั้นจิตวิญญาณและมันเป็นหนทางที่ดีที่จะทำให้ท่านได้ลดผลกรรมของท่านได้ เช่นการขับรถจะขับอย่างไรเพื่อไม่ให้เกิดอันตราย ซึ่งตนเองจะรู้

ได้ด้วยตนเองว่าจะขับอย่างไรไม่ให้ชน และคนที่มีความเลื่อมใสในคามิได้
ขอบคุณในคามิตลอดเวลาผู้นั้นก็จะได้รับผลกำไร ได้รู้หนทางที่ดีกว่าแน่นอน
   ความจริงจิตวิญญาณจะกลายเป็นชั้นมนุษย์ได้นั้นก็จะต้องมีการ
เปลี่ยนแปลงตนเองโดยไม่ให้มีการเพิ่มผลกรรม ถ้าใช้หมดแล้วก็จะเกิดในโลก
ของมนุษย์ โลกของมนุษย์ก็เช่นกันถ้าได้ใช้ผลกรรมหมดแล้วก็จะได้ไปเกิดใน
ชั้นสวรรค์เป็นพระอาจารย์ นั่นคือข้อแตกต่างของการเวียนว่ายตายเกิดของ
มนุษย์ทั้ง 3 โลก หลังจากได้ตระหนักดีแล้ว เขาและเธอทั้งหลายก็จะรู้ว่าจะ
ดำเนินชีวิตของตนเองให้ดีได้อย่างไร ซึ่งมนุษย์ก็จะรู้ตัวได้ว่าจะดำเนิน
พรหมลิขิตอย่างไร เพื่อไม่ให้ตนเองปราศจากมลทินและพรหมลิขิตของเขาก็
จะถูกพัฒนาดีขึ้นไปในทางที่ดีขึ้น
   ถ้าจะเปรียบเทียบมนุษย์เป็นน้ำก็เหมือนน้ำที่ไม่สะอาดที่อยู่ในแก้ว ถ้าเท
ออกและหกใส่พื้นที่ก็จะทำให้พื้นที่นั้น ๆ เลอะไปด้วย นั่นก็คือจะทำอย่างไร
น้ำนั้นจะสะอาดขึ้นมาได้ ก็คือเหมือนกับการทำความดี ทำใจให้สะอาด
ปราศจากมลทิน การให้ความรักแก่คามิ น้ำนั้นก็จะสะอาด
   สิ่งที่ไม่ดีทั้งหลายหายไปแต่ก็เร็วมาก จะเป็นได้ทั้งดีและเลวในเวลา
เดียวกันและเร็วมากและจะต้องพยายามอย่างมาก ถึงจะสำเร็จ เพราะสำเร็จยาก
(เพราะคลื่นแสงของวิญญาณจะแรงมาก) และผลกรรมก็ยังเวียนว่ายอยู่อย่างนั้น
สะอาดขึ้นมาได้ก็จะทำให้พื้นที่นั้นสะอาดไปด้วย สรุปก็คือมนุษย์กับวิญญาณ
สำคัญมากเป็นเหมือนการทำนั้นลงพื้นและทำให้พื้นสกปรก ถ้าจิตใจไม่สะอาด
กระทำให้ตนเองผิดหวัง ได้รับการเจ็บปวด ซึ่งถ้าที่น้ำสกปรกหกหรือเทลงพื้น
ก็จะทำให้พื้นสกปรกไปด้วย เช่นกัน
   ต่อไปนี้จะกลับไปที่โลกของวิญญาณ และไปในโลกของสิ่งที่มีชีวิตได้
อย่างไร การมีน้ำที่สะอาดก็จะทำได้เหมือนกับการทำจิตใจให้สะอาดการทำให้
น้ำสะอาดลงในแก้วก็เหมือนกับการทำจิตใจให้สะอาดนั่นเอง โลกของจิต
วิญญาณไม่ได้คิดว่าตนเองตายไปแล้วมีชีวิตมีระดับจิตใจเหมือนโลกของ
ร่างกายเพียงแต่ไม่มีร่างกาย จิตวิญญาณจะยังมีเค้าเดิมของมนุษย์อยู่จะคิดออก

ได้ว่าตนเองเคยเป็นมนุษย์มาก่อน จะรู้ว่ามนุษย์เคยได้รับการเกิด แก่ เจ็บ ตายมาก่อนทั้ง ๆ ที่ตนเองตายไปแล้วแต่บางครั้งก็จะไปติดไปเกาะกับผู้ที่เป็นโรคผู้ที่ได้รับความเจ็บปวดคนป่วย คนก่อนตายทั้งหลายอยู่ เช่น คนที่เป็นโรคปอดอักเสบ ที่นอนป่วยอยู่ก็จะได้รับความทุกข์ทรมานมาจากอาการป่วยและจะมีจิตวิญญาณที่มาวนเวียนอยู่คนที่ไม่รู้จะมองไม่เห็นและโรคทั้งหลายก็เหมือนกันและอาจจะเป็นเหมือนกันเป็นกรรมพันธุ์ก็มี คนที่ได้อุบัติเหตุก็เหมือนกันก็จะได้อุบัติเหตุติด ๆ กัน เป็นเหมือนโรคติดต่อ

คนที่ในคนที่มีจิตวิญญาณในตัว มีจิตวิญญาณที่เกี่ยวข้องกับความรู้สึก (อารมณ์) หรือจิตวิญญาณที่มีสัตว์จะไม่มี จริยศาสตร์ ศีลธรรม จรรยาบรรณ หรือพูดอีกอย่างหนึ่งก็คือเกี่ยวกับความดี พฤติกรรมมนุษย์ไม่มีและความประพฤติที่ขึ้นอยู่กับหลักศีลธรรม จิตวิญญาณเหล่านี้จะอยู่ไกลมาก และถ้ามีอะไรที่ต้องการจะทำจะแรงกล้ามาก เพราะมีความสนใจมากก็เลยมาถึงมนุษย์ง่ายและเร็วและเพราะเกิดจากความเห็นแก่ตัวของจิตวิญญาณ (ซึ่งไม่มีการแสดงเกี่ยวกับร่างกาย จะเห็นได้ชัดเจนเกี่ยวกับเรื่องของระดับทางสังคมที่ประกอบด้วยคนที่มีสถานภาพทางสังคมและวัฒนธรรมและเศรษฐกิจคล้ายคลึงกัน) จะพูดง่าย ๆ เช่น คนที่มีความชั่วคือคนที่ไม่เข้าถึงหลักธรรมห่างไกลจากคามิ จะโดนสิ่งที่มีความชั่วร้ายเข้าคลอบงำได้ง่ายและอยู่อีกคนละระดับกับคนที่มีระดับความรู้เรื่องหลักธรรม คนที่เข้าถึงหลักธรรม คนที่มีความรู้ระดับผู้นำ มีความรู้น้อยจะเยอะมากในเหตุการณ์ ที่แสดงให้เห็นถึงแนวความคิดกว้าง ๆ หลาย ๆ อย่างคนพวกนี้จะถูกชักจูงได้ง่าย มีจิตใจอ่อนไหว เพราะมีการศึกษาน้อยนั่นเองเหตุผลซึ่งต้องใช้สติปัญญา ต้องใช้เหตุผลมากกว่าใช้อารมณ์ ต้องใช้ปัญญาแก้ไขมากกว่าแต่ไม่รู้

คนพวกนี้จะรู้สึกว่าตนเองเป็นใหญ่ อวดดี และใช้คำพูดที่ไม่สุภาพ พูดสกปรก หยิ่งยโส โอหัง อวดดี จองหอง ถ้าจะเปลี่ยนแปลงตนเองแต่จะรู้สึกว่ามีอะไรที่ตนเองจะทำไม่ได้ มีเงื่อนไขและจะหลีกเลี่ยงความจริงจะไม่พบกับคามิหรือนักบวช

ซึ่งคนเหล่านี้จะไม่ต้องคิดเลยว่าตนเองได้มาจากคามิ ไม่เป็นส่วนหนึ่งของคามิ และจะไม่ใช่ว่าเป็น ปาฏิหาริย์ ตัวอย่างที่น่าพิศวงเลย เช่น คนนั้นถึงจะทำอะไรสำเร็จไประยะหนึ่งแต่เขาได้ห่างเหินจากพระเจ้า (ถ้าจะคิดแบบการดำเนินชีวิตภายใต้หลักการทางศาสนา)

คนเหล่านี้ถึงจะอย่างไรก็ยังห่างเหินจากคามิอยู่คนละเส้นทางจากคามิ ซึ่งถ้าจะกล่าวว่าคนเหล่านั้นได้เข้าสู่การคุ้มครองจากคามิแล้วนั้นเป็นคำกล่าวที่ผิด ๆ เป็นหลักคำสอนของศาสนาที่ผิด เพราะว่าเขามีจิตใจไม่สะอาดแต่เขาขอความช่วยเหลือจากคามิเพราะเพียงเพื่อต้องการผลประโยชน์จากคามิ

ถ้าจะมีการบอกกล่าวให้คนเหล่านั้น เข้าศาสนาที่ผิด ผู้คนหลงเชื่อตามสิ่งที่ผิด ๆ นั่นก็ไม่ใช่หนทางที่ถูกต้อง ศาสนาที่ถูกต้องคือศาสนาที่มีความมุ่งมั่นที่จะทำให้คนมีความสุข สบายใจ ไม่ทำให้คนเป็นทุกข์ไม่ทำให้ได้รับบาดเจ็บไม่ทำให้ได้รับความเสียหาย

ศาสนาที่ถูกต้องคือจะบอกหนทางที่ถูกต้องและจะถูกส่งตรงมาจากคามิ ความเลื่อมใสศรัทธาที่ถูกต้องจะได้รับความรักจากคามิอย่างทวีคูณ และมากขึ้น ๆ และก็จะได้รับความสุขและมีสันติภาพให้สันติภาพแก่โลกแก่ผู้คนและถ้าเข้าศาสนาแล้วถ้ายังมีความกังวลมีความทุกข์อยู่แสดงว่ามีปัญหาอะไรสักอย่างแน่นอน อาจจะเป็นเพราะตนเองไม่เลื่อมใสศรัทธาในคามิหรือมีจุดใดจุดหนึ่งที่บกพร่องแน่นอน

ถ้าจะเข้าศาสนาที่ดีและถ้าปฏิบัติถูกต้องตามวิธีการก็จะเห็นผลเร็วขึ้นได้ ถ้าได้รับการดูแลจากคามิสิ่งแรกที่ต้องปฏิบัติก็คือ ให้ความสนใจในคามิมีสภาวะแห่งความประเสริฐสุดอย่างจริงจังและขอร้องให้คามิช่วยอ้อนวอนคามิอย่างตั้งใจ ท่านก็จะได้รับสิ่งที่ต้องการจากคามิที่เหมาะสมตามความต้องการของท่าน

ถ้าคุณมีความเลื่อมใสศรัทธาในคามิ คามิก็จะส่งคนที่ดี ,ส่งพระอาจารย์ได้รับการชักชวนไปในทางที่ดี ระยะเวลาในการเดินทางก็จะสั้นลงหรือการค้นพบสิ่งใหม่ ๆ ก็จะดีใจประสบผลและจริง ๆ ตนเองได้เข้าศาสนาที่ดีเจอ

อาจารย์ที่ดี มีสิ่งประเสริฐที่ดีแต่ตนเองยังคิดว่าไม่ดี มีกังวล เพราะว่าผลกรรม ก็จะไม่มีผลหรืออาจจะเพราะคุณไม่ปฏิบัติตามแต่หลังจากนั้นคุณจะรู้สึกว่าไม่ง่ายเลยซึ่งก็ไม่จำเป็นต้องฝืนเข้าไปในศาสนานั้นก็ได้ถ้าตนเองมีความรู้สึกว่าจิตใจยังไม่พร้อม

ในทุก ๆ อย่างสิ่งแรกต้องภาวนาเลื่อมใสในสิ่งศักดิ์สิทธิ์ เพราะสิ่งศักดิ์สิทธิ์จะเป็นผู้นำทางท่านเปลี่ยนพฤติกรรมเปลี่ยนท่าทีได้ เพราะสิ่งศักดิ์สิทธ์จะมาปรากฏอยู่หน้าคุณอย่างแน่นอน และท่านจะประสบผลอย่างแน่นอน ซึ่งไม่เกี่ยวว่าจะเป็นศาสนาใดมีชื่อเสียงแค่ไหน แต่สิ่งศักดิ์สิทธิ์จะบอกท่านว่าท่านจะพบกันคนที่นำทางท่านไปสู่ศาสนานั้น โดยที่ท่านก็ชอบในตัวผู้นำทางด้วยถึงจะดี

บางครั้งข้าพเจ้าเคยได้ยินบางคนพูดว่ามีมีความเชื่อว่าคามิอยู่ในจิตใจ ซึ่งไม่อยากจะได้รับคำสอนจากใครเลย จริง ๆ นั่นคือมีวิธีการที่ถูกต้องที่ว่ามีคามิแต่ว่าไม่ใช่ "เนื่องจากมี ความประเสริฐสุดอยู่แล้ว และโดยที่เกิดขึ้นเอง ตามธรรมชาติที่จะเป็นหนทางนำไปสู่สิ่งที่ดีที่สุด ซึ่งมันไม่ต้องการคำสอนใด ๆ อีกสำหรับคุณ หรือล้างบาปให้ใครก็ตาม" นั่นคือเป็นคำพูดที่เป็นความจริงแต่มันผิดมาก ๆ ซึ่งสภาพแบบที่ว่ามีคามิอยู่ในชีวิตมนุษย์นั้น ซึ่งจะเป็นตัวชักนำผู้คนให้เข้าสู่คามิได้เพื่อนำพาให้ไปพบกับหนทางแห่งความสว่าง

มันสำคัญมาก ๆ สำหรับมนุษย์ที่ว่าจะต้องเชื่อฟังอย่างเคร่งครัดในการฝึกฝนเพื่อความจริง และทำการสวดมนต์อ้อนวอนในคามิเพื่อทำการปรับตัวให้เข้ากันไปในทางเดียวกัน

ซึ่งต้องไม่ลืมว่ามีผู้คุ้มครองตลอดเวลาคือคามิและสิ่งศักดิ์สิทธิ์ แม้แต่บางครั้ง คำสอนของคามินั้นถูกต้องแล้วแต่ผู้ที่ถ่ายทอดวิธีการที่ผิด ๆ ก็มีนั่นก็ต้องระวัง ซึ่งหมายความว่าถึงแม้ว่าจะเป็นศาสนาที่ดีแต่ผู้ถ่ายทอดไม่ดีก็มี

และอีกนั่นแหละ ถ้ามีการสั่งสอนที่ถูกต้อง ถึงอย่างไรก็ตามถ้ายังมีความห่วงใยว่า คนอื่นอาจจะสอนเก่งแต่ไม่มีการปฏิบัติตามที่ถูกต้องก็ยังหมายถึงว่าคนนั้นก็จะเป็นผู้ที่ยังไม่สมบูรณ์จริงจะอธิบายว่ามนุษย์มาจากพระเจ้า

ยกตัวอย่างเช่น มีร่างกาย ทรัพย์สมบัติ รูปร่าง หน้าตามี่ดี เป็นเพียงส่วนประกอบ แต่จริง ๆ ตนเองมาจากคามิ นั่นคือการออกจากอุปสรรคข้อขัดข้องทั้งหลาย ซึ่งเป็นความตั้งใจที่ไม่ได้สร้างขึ้นโดยธรรมชาติ ตามที่ได้ตั้งใจไว้และคิดถึงแต่คามินั่นเป็นคำถามที่เป็นไปได้จริง ที่เป็นอุปสรรคที่ว่าทำไมคนมาจากธรรมชาติสร้างมาจากคามิ เป็นหนทางที่เป็นจริง

จริง ๆ มนุษย์มาจากคามิที่ใสสะอาด

จริง ๆ มนุษย์มาจากการเกิด แก่ เจ็บ ตาย

จริง ๆ มนุษย์มาจากการจะทำอย่างไรถึงจะประสบผลสำเร็จ

ไม่ว่าอะไรก็แล้วแต่ที่ว่าตามคำสอนเกี่ยวกับกับชีวิตที่เป็นจริงของมนุษย์ ไม่ว่าทฤษฎีอะไรก็แล้วแต่ ที่อยู่ภายใต้จิตใต้สำนึก สิ่งที่เกี่ยวข้องกับจิตใจและคามิ จะต้องอธิบายว่า สิ่งที่จำเป็นที่สุดและยังคงดำรงชีวิตอยู่นั่นเป็นเรื่องจริงในโลกของคามิ และจะส่งผลให้ผู้คนถือปฏิบัติ เพื่อความมีประสิทธิผลเพื่อผลของชีวิตแต่ละแบบในโลกนี้ซึ่งความจริงที่กล่าวมาเกี่ยวกับความเชื่อและการถือปฏิบัติจะต้องคู่กันไปนี้สำคัญมาก ไม่ว่าจะเป็นคำสอนของศาสนาพุทธศาสนาคริสต์ ก็ตาม

อย่างไรก็เป็นคำสอนที่ดีมาก แต่ผู้ถือปฏิบัติถึงแม้จะมีความเชื่อก็ตามแต่ปฏิบัติไม่ประสบความสำเร็จก็มี ---- ซึ่งผู้คน ๆ นั้นต้องการอะไรก็จะพยายามสนองความต้องการของตนเอง พยายามกำจัดผลกรรมทั้งหลายออกไปนั่นก็คือผู้นั้นได้เข้าสู่ห้วงแห่งการพ้นกรรมแล้ว มีผลลัพธ์ของการกระทำที่มาจากชาติก่อน ๆ ลิขิตมา และจะพยายามพัฒนาเพื่อเข้าสู่ความตั้งใจจริง เหมือนกันถ้าทำแล้วไม่สำเร็จ การมีผลกรรมติดตามมาจากชาติก่อน (มีข้อบกพร่อง) และมันก็จะติดตามผู้นั้นไปตลอด และถ้ามีผลกรรมมาดีก็จะส่งผลให้ผู้นั้นทำอะไรก็จะสำเร็จไปด้วยและกำจัดผลกรรมออกไปได้และยังมีผลกรรมอยู่ก็จะทำให้ไม่มีผลอะไร

ความจริงก็คือมีการต่อว่าทำไมมีผลกรรม ไม่สอนว่าจะทำอย่างไรจะกำจัดผลกรรมออกไปได้ ก็เพราะว่าผู้คนมีผลกรรมติดตามมาเยอะมีความวิตก

กังวล มีกิเลสตัณหามาก่อนซึ่งเป็นการยากที่จะช่วยให้ผู้นั้นได้ประสบผลไม่เพราะห่างไกลจากคามิและก็จะอธิบายว่านั่นคือความล้มเหลว ความไม่สำเร็จ ซึ่งจะต้องสอนวิธีการที่ถูกต้องเพื่อนำไปสู่หนทางแห่งความสว่างและผู้นั้นจะต้องมีความเชื่อมั่นในคามิก่อนคนที่มีความทุกข์อยู่ในตัวก็จะได้รับสิ่งที่ไม่ดี เช่น คนที่ป่วยคนนั้นจะมีความทุกข์และได้รับความผิดหวังและได้ดูแลตนเองจนหายความทุกข์ก็จะหายไป คนที่มีความทุกข์และจะมีความเชื่อว่าเป็นเพราะการมีเคราะห์กรรมจะมีน้อย คนที่เข้าใจจริง ๆ จะมีน้อยมาก ก็เป็นเพราะคน ๆ นั้น มีเหตุผลเพราะว่าอาจจะเป็นเพราะผลกรรมเก่าหรือการทำความชั่วในปัจจุบัน คนที่มีความทุกข์จะไม่โทษตนเอง จริง ๆ ตนเองมีผลกรรม ไม่มีความรักใดแก่คามิและให้แก่ผู้อื่น ตนเองขาดความรู้ขาดสำนึกเหตุที่ได้รับความทุกข์เป็นเพราะตนเอง คนแบบนี้ผมรู้จักดีจะไม่โทษว่าทำไมตนเองได้รับทุกข์ ซึ่งจะมีแต่ความรู้แต่ไม่มีความรักให้ผู้คน ให้คามิคน ที่มีความรักคามิและผู้คน คนพวกนี้จะไม่พูดคิดว่าจะไม่บอกคนให้รู้ แม้ตนเองจะได้รับโรคภัยไข้เจ็บ ได้รับความเลวร้าย มีอาการที่ไม่สบาย แต่เขาเหล่านั้นจะรู้ตนเองจะได้รับโรคภัยไข้เจ็บ ได้รับความเลวร้าย มีอาการที่ไม่สบาย แต่เขาเหล่านั้นจะรู้ตนเองเขาจะไม่เปล่งหรือกล่าวคำพูดที่ทำให้รู้ทั่วกันหรอก ข้าพเจ้ารู้ดี คำที่สอนอยู่ยากไปก็จะทำให้เข้าใจยากถ้ามีวิธีการสอนที่ดีก็จะทำให้เข้าใจง่าย "เพลง ความเชื่อห่างไกลมากถ้าคุณเชื่อก็จะเป็นจริง" ผู้ประพันธ์งานเพลงนี้แต่จะไม่ทำให้ผู้คนร้องให้และจะส่งความรู้ให้ผู้คน เช่น สาเหตุที่ 1 จะลบล้างโดยผลลัพธ์ที่ 1 และสาเหตุที่ 2 จะลบล้างโดย ผลลัพธ์ที่ 2 สาเหตุที่ 1 จะไม่สามารถลบล้างผลลัพธ์ที่ 10 ได้และจะไม่ทำให้มากขึ้นโดยการทดแทน จะไม่ประจักษ์แก่สายตาเพราะว่าท่านอยู่สูงไปและโลกที่มืดมนแม้แต่ถ้าท่านเชื่อว่าถ้าท่านทานเนื้อเพื่อบำรุงร่างกายโดยใช้เป็นอาหารเพราะมีประโยชน์ต่อร่างกาย ถ้าคุณท่านเฉพาะเนื้อเท่านั้น ตลอดในแต่ละมื้อโดยไม่ทานอย่างอื่นเลย มันจะรู้สึกว่าทานเยอะมากสำหรับคุณ และจะทำให้รู้สึกเบื่อ "การทานเนื้อ" (คำสั่ง) เพราะมีประโยชน์ ถ้าทานบ่อยก็จะเบื่อ ผู้นำผู้เป็นพระอาจารย์ จะต้องมีความรักและ

โกะอิ มาซะฮิสะ

เมตตา และถ่ายทอดสติปัญญามิฉะนั้นเขาก็จะได้รับความทุกข์ ถึงตอนนี้ โดย
เหตุที่กล่าวมา ก็เลยจะกล่าวถึงวิธีการ ภาวะนาที่ถูกต้องในบทต่อไป

บทความที่ 7

วิธีการสวดมนต์ของข้าพเจ้า

ปัจจุบันนี้คนมีความยุ่งยากมาก ๆ เยอะมากในแต่ละวัน และในแต่ละคนก็ได้เข้ามาปรึกษาข้าพเจ้าถึงปัญหาต่าง ๆ มากมาย ได้เล่าถึงปัญหาความเหน็ดเหนื่อยเมื่อยล้าและยังคงอยู่กับข้าพเจ้า คนที่ได้ผลลัพธ์ของการกระทำที่ทำต่อเนื่องมาจากชาติก่อน ๆ (กรรม) นั้นอยู่ลึกมาก ข้าพเจ้ารู้สึกว่าผลกรรมเหล่านั้นมันจะติดตามมาถึงตัวของข้าพเจ้าเหมือนกับมากับคลื่นเสียงของวิทยุ ถึงอย่างไรก็ตามมันก็จะสูญสิ้นไปหมดและไม่ค่อยจะติดมากับตัวข้าพเจ้าแล้ว

ในร่างกายของข้าพเจ้าในสมองข้าพเจ้าจะว่างเปล่าไม่มีอะไรอยู่เลยในสมองไม่ได้คิดว่าเพราะเหมือนกับว่าจะต้องการตื่นขึ้น ต้องการความมีอิสรภาพโดยที่ให้เกิดขึ้นเองตามธรรมชาติ โดยที่ให้เป็นไปเองโดยการฝึกให้มีญาณหยั่งรู้โดยร่างกายไปถึงร่างกายอีกครั้งหนึ่ง

ข้าพเจ้าไม่ใช่เป็นตัวเกี่ยวกับสื่อกลางด้านจิตวิญญาณ ไม่เกี่ยวกับสิ่งที่มีความหมายต่อจิตใจและความรู้สึกนึกคิด ไม่ใช่เทวดา ข้าพเจ้าก็เห็นเหมือนคนธรรมดาเห็น วิชาความรู้ก็มีไม่ใช่วิเศษวิโสอะไร แต่ว่าภายในลึก ๆ ข้าพเจ้าไม่เหมือนคนธรรมดา มีพฤติกรรมที่ไม่เหมือนคนธรรมดา

นั่นเพราะว่าข้าพเจ้ารู้ ข้าพเจ้ามีประสบการณ์เกี่ยวกับความเป็นจริงของข้าพเจ้าเอง ซึ่งเป็นธรรมชาติและเป็นสิ่งที่เกิดขึ้นเองกับข้าพเจ้าเป็นแสงสว่างให้กับข้าพเจ้าเกิดความสงบในจิตใจ ผมจะกล่าวและจะทำการควบคุมดูแลและส่งตรงไปยังคามิ (โดยตัวของข้าพเจ้าเอง) คนธรรมดาจะคิดอะไรต่ออะไรจะมีอะไรต่อมิอะไรในสมอง แต่ข้าพเจ้าไม่ได้คิดอะไรเลย เพราะว่าในช่วงเวลาหนึ่ง ข้าพเจ้าได้เคยถูกบังคับจากผู้คุ้มครองคือคามิ ให้ ปฏิบัติให้หยุดคิดอะไรทุกอย่าง

การฝึกคือไม่ใช่การฝึกอย่างการนั่งสมาธิ การปฏิบัติในศาสนาเซน การฝึกเกี่ยวกับจิตใจซึ่งกระทำโดยจิตใต้สำนึกแต่มันเป็นการฝึกตลอดทั้ง 24 ชั่วโมง โดยไม่มีการพักเลยใน 1 วัน ก็จะได้รับรายละเอียดจากการค้นพบว่าเป็นประวัติของข้าพเจ้าเองที่สามารถทำได้ไม่คิดอะไรเลย เป็นอัตชีวประวัติ ซึ่งถึงแม้จะมีความทุกข์แต่ก็ไม่เรียกว่ามีความทุกข์ เป็นการฝึกด้วยตนเอง แต่ไม่เป็นการคิดอะไรเลยเป็นความว่างเปล่าในสมอง หลุดละคิดทุกอย่าง พูดอีกคำหนึ่งคือผมฝึกตัวเองโดยบรรลุผลถึงความว่างเปล่า (คู) ถึงแม้ว่าจะเป็นเวลานอน นั่ง เต้น เดิน ทุก ๆ เวลา ก็เป็นเวลาแห่งการฝึกทั้งสิ้น ผมใช้เวลาอุทิศเวลา 3 เดือน ในการฝึกแบบนี้และความถือตนเป็นที่ตั้งของตัวผมเองก็หมดไป

มนุษย์โดยทั่ว ๆ ไปที่ได้ทำการถือปฏิบัติก็จะทำแบบธรรมดาได้โดยมีการควบคุมตนเองและจะไม่เข้าใจตนเองแต่ในกรณีของข้าพเจ้า ข้าพเจ้าได้ปฏิบัติโดยถือตนเป็นที่ตั้งและก็จะทำให้ความถือตนเป็นที่ตั้งหมดไปและจะส่งผลให้ได้พบกับความวิเศษของอิสระและพ้นจากผลกรรม

การมีเหตุและผล การที่เหตุและผล ถ้ามีเหตุก็จะมีผล ถ้ามีผลก็จะเกิดจากเหตุไม่เกี่ยวข้องกับผลกรรม การมีผลกรรม การมีผลกรรมและจะมีเท่าไรก็ตาม จะมีผลกรรมซักเท่าไรก็จะไม่ยึดติดกับผลกรรม อย่างไรก็ตามชนิดของผลกรรมก็จะปรากฏ ตลอดของการแสดงผลกรรมมันจะปรากฏเหมือนว่าไม่เกิดอะไรเลย ถึงอย่างไรก็ตาม ถึงจะมีผลกรรมที่ไม่ดีถ้ามีการถือปฏิบัติซ้ำแล้วซ้ำ

เล่าก็จะค่อย ๆ ลดลงถ้าคิดว่าจะต้องลดผลกรรมได้และได้คิดว่าจะลดได้คิดตลอดว่าจะลดได้ก็จะลดได้จริง ๆ

ข้าพเจ้าได้สอนคนและได้ถือปฏิบัติตนโดยไม่คิดอะไรยึดตนเป็นที่ตั้งและได้ถามเขาเหล่านั้นและบอกเขาเหล่านั้นเพื่อสร้างความดึงดูดความสนใจให้เขาได้ทำการคิดไตร่ตรองมีการพิจารณาใคร้ครวญจุดมุ่งหมายให้มีการพูดอย่างไตร่ตรองหรือและทำให้เขาได้มีความสงบเงียบ ไม่คิดอะไรนั่นคือพิธีการของ คู(การทำให้ตนเองว่างเปล่าโดยการนั่งสมาธิ) มีสภาพที่เป็นจริงซึ่งเป็นการฝึกที่ถูกต้องแม่นยำ

และอีกกลุ่มหนึ่งคือ ในความคิดที่เป็นจริงของข้าพเจ้า ข้าพเจ้าสามารถมองเห็นแสงสว่างจากคามิได้และได้รู้ว่าผลกรรมทั้งหลายได้เกิดมาจากอดีตและติดตามเขาและเรามาในชาตินี้และแล้วแต่ลักษณะของคลื่นแต่ละคลื่นและแต่ละความยาวของคลื่น อีกคำหนึ่ง ผมสามารถมองเห็นคลื่นของกรรมฉันพบว่าผมมีคลื่นแสงและสามารถมองเห็นคลื่นของคนและได้ถูกดันไปจากร่างกายของผู้คนเหล่านั้นและข้าพเจ้าได้ทำการลดผลกรรมให้ผู้คนเหล่านั้นได้โดยการทำให้บริสุทธิ์และชำระล้างเพื่อเข้าพิธีเพราะข้าพเจ้าได้รับแสงที่เป็นจริงจากคามิ ซึ่งถ้าใครมีสีหน้าที่สดชื่นโดยปราศจากทุกข์ใด ๆ นั่นหมายถึงว่าได้หลุดพ้นจากกรรมแล้ว ซึ่งมองดูทุกคนก็จะดูและก็จะบอกออกมาเป็นเสียงเดียวกันว่าเป็นอย่างนั้นจริง ๆ อย่างเป็นเอกฉันท์และไม่สามารถตอบได้

มนุษย์จริง ๆ มาจากเนื้อเยื่อบาง ๆ ที่เล็กมาก ๆ ซึ่งเป็นอนุภาคของอะตอม (ที่มีประจุบวกซึ่งมีมวลสารมากกว่าโปรตอนเล็กน้อย แต่ไม่มีประจุไฟฟ้า) และเป็นประจุไฟฟ้าพิเศษซึ่งเป็นองค์ประกอบสำคัญของอะตอมและนอกจากนี้จะมีการวิเคราะห์ออกมาและพบว่ามีการห่อหุ้มชิ้นส่วนที่เป็นชั้นเล็ก ๆ เหมือนธุลีเป็นชิ้นส่วนเล็กของแสงสว่าง ซึ่งนักวิทยาศาสตร์ได้พูดว่าชิ้นส่วนที่เป็นธุลีเหมือนชิ้นส่วนของแสงเป็นการส่งเสริมหรือผลักดันมาจากใจกลางเป็นแสงสว่างที่มีการสั่นสะเทือนเวลาที่มนุษย์มีการรวมตัวกันเป็นหนึ่งเดียวและกลายเป็นมนุษย์และไม่มีที่สิ้นสุด

ซึ่งในความคิดของข้าพเจ้า ข้าพเจ้าได้ตรัสรู้ว่าการเวียนว่ายตายเกิดของมนุษย์นั้นเป็นการเกิดเกี่ยวกับวิทยาศาสตร์ธรรมชาติ ซึ่งเกี่ยวข้องกับการดับผลกรรมทั้งหลายและแผ่กระจายแสง ซึ่งมันถูกใช้เป็นเครื่องมือ ถูกใช้เป็นเครื่องช่วยที่มีประโยชน์ทางร่างกาย เวลาที่ผู้คนนั่งจ้องหน้าข้าพเจ้าและได้มีแสงสว่างที่เป็นความจริงประจักษ์ต่อหน้าข้าพเจ้า ซึ่งนั่นก็เป็นแหล่งกำเนิดเป็นต้นตอทำให้ข้าพเจ้าได้คนพบด้วยตนเองของข้าพเจ้า นำไปสู่ผลกรรมทั้งหลายของผู้คนและกลายเป็นการทำให้เห็นเป็นรูปร่างขึ้นมา มีการแสดงออกมาเป็นรูปธรรมและก็จะค่อย ๆ มีการหลุดพ้นผลกรรมทั้งหลายออกไป

ซึ่งข้าพเจ้าก็จะทำการตบมือเบา ๆ ในระหว่างและก่อนทำการพิจารณาใคร่ครวญจุดมุ่งหมายทำไมทำแบบนี้ก็เพราะข้าพเจ้าต้องการจะดับผลกรรมเพราะผลกรรมแต่ละชนิดไม่เหมือนกันและต้องการจะทำให้ไม่มีราคี ปราศจากมลพิษทั้งหลาย

และจะกล่าวแบบอื่นต้องการจะล้างและเอาผลกรรมออกไปจากคลื่นของผลกรรมเหล่านั้นของผู้คนทั้งหลายที่นั่งอยู่ต่อหน้าข้าพเจ้า

และเพื่อเป็นการทำให้ได้เหมือนเป็นการเสพติด ข้าพเจ้าได้แสดงอากัปกิริยาหลาย ๆ แบบ เรียกว่า (อิน) เป็นการแสดงสัญลักษณ์ต่าง ๆ โดยใช้มือและนิ้วเพื่อเป็นการแสดงเป็นการจุลความยาวของคลื่นไปสู่ผู้คนให้แสดงถึงความเป็นหนึ่งเดียว เหมือนกับการเปลี่ยนช่องของ ทีวี ไปยังช่องต่าง ๆ นั่นเอง

ข้าพเจ้าได้ทำแบบต่าง ๆ กันไป อาจจะทำข้างหน้าคนบ้างข้างหลังคนบ้างเพื่อเป็นการทำให้บริสุทธิ์ ทำให้ชำระล้างเพื่อเข้าพิธี เวลามีผู้คนอยู่ข้างหน้าข้าพเจ้า ข้าพเจ้าก็จะทำการตัดผลกรรมจากในอดีตเวลาผู้คนอยู่ข้างหลังข้าพเจ้า ข้าพเจ้าก็จะทำการตัดผลกรรม โดยอาศัยจากบรรพบุรุษ ญาติหรือคนอื่นที่ติดต่อกับเขาเหล่านั้นอยู่

ข้าพเจ้าจะอธิฐานตลอดเวลาและจะแนะแนวและให้คำแนะนำตลอดเวลาว่า **"ขอให้ทุกคนจงเจอกับสิ่งที่ดีที่สุดและให้มีชะตาชีวิตมีพรหมลิขิต ขอให้มีพลังอำนาจกำหนดชะตาชีวิตที่ดี"**

คามิกับมนุษย์

ข้าพเจ้าไม่ได้มีความประสงค์ที่จะเป็นหมอดู ไม่ได้เป็นผู้ลิขิตผลกรรม ไม่ได้มีวัตถุประสงค์ที่จะวิจารณ์ชีวิตและลักษณะนิสัยของผู้คน

ข้าพเจ้ามีจุดประสงค์คือ ต้องการจะแจ้งให้ทราบเกี่ยวกับคามิทั้งหมด การดำรงอยู่ของคามิ ไม่ใช่การดำรงอยู่ของผลกรรม แต่เป็นแสงสว่างมาจากคา มิและเป็นนิกายหนึ่งของศาสนาที่เคร่งและมีระเบียบวินัยมาก เป็นที่ยอมรับนับ ถือมากโดยเฉพาะอย่างยิ่งคนในวัยหนุ่มสาวที่อาศัยอยู่เป็นชุมชน

ผมจะเป็นผู้ที่ทำให้ผู้คนทั้งหลายที่หมดความหวังได้ตื่นตัวให้รู้ว่ามีผู้ ค่อยช่วยเหลือท่านอยู่ อย่าได้หมดความหวัง ท่านจะหมดปัญหา จะช่วยชี้ หนทางให้ท่านซึ่งเป็นผู้บอกทิศทางให้เดินไปในทางที่ดี จะไม่พูดว่าหมดหวัง แล้ว ไม่มีหนทางใดอีกแล้ว จะบอกว่าความเคราะห์ร้ายเรื่องเคราะห์ร้ายทั้งหมด จะหมดไปได้

ข้าพเจ้าจะให้ความรักความเมตตาแด่เขาเหล่านั้น จะทำให้ความได้ สมหวังตามที่ตั้งใจอย่างแน่วแน่ เวลาที่คนนั้นนั่งอยู่ตรงข้ามข้าพเจ้า ข้าพเจ้าจะ รู้ว่าคนนั้นมีพรหมลิขิตยังไง มีนิสัยยังไง ถึงแม้จะรู้เพียงชื่อเท่านั้น จะได้นั่ง จ้องเพียงแต่หน้าเท่านั้นก็จะรู้ทั้งหมด

เหตุผลทำไม ก็เพราะว่าข้าพเจ้าไม่ได้มีความคิดอะไรอยู่ในสมอง เพราะ เป็นผู้ใสสะอาด เพราะว่าข้าพเจ้ามี (คู) หรือความว่างเปล่า ได้ถูกก๊อปปี้ไว้ใน จิตใจของเขาและเธอเหล่านั้นแล้ว และเข้ามาอยู่ในจิตใจของข้าพเจ้าแล้ว

ถึงอย่างไรข้าพเจ้าก็จะไม่กล่าวต่อหน้าผู้คนเหล่านั้นว่าเขาเป็นคน อย่างไรจะพูดเฉพาะเรื่องที่ดีจะไม่พูดเรื่องที่ไม่ดีของเขาเหล่านั้นจะไม่กล่าว ตำหนิ แต่จะบอกหนทางว่าจะทำอย่างไรถึงจะให้ประสบความสำเร็จ จะบอก คนเหล่านั้นให้ปฏิบัติตามและจะภาวนาเอาใจช่วยอธิฐานจะอธิบายวิธี ภาวนาให้

คนที่มีความรักต่อคามิเพียงน้อยนิด ถึงแม้ว่าจะอธิฐานอย่างไรก็จะ ได้รับผลน้อยแต่คนที่มีความรักต่อคามิมากก็จะได้ผลสำเร็จเร็วและมากมีความ รักที่ลึกซึ้งก็จะส่งผลให้ความสงบ จะเป็นตัวฉายแสงและทำให้รุ่งโรจน์ได้จาก

การอธิฐานและจะชี้โชคชะตา มีพลังอำนาจที่จะกำหนดชะตากรรมหรือ
พรหมลิขิตได้ (ความรักคือ แสงสว่าง และแสงสว่างคือ คามิ)

การมีความจริงใจ การมีความซื่อสัตย์คือการดำเนินการของคามิ คนที่
ความรักต่อคามิก็จะมีแสงสว่างภายในตัวเอง คำพูดที่เป็นความจริง มีความรู้สึก
รักคือคำพูดของคามิ

การที่จะทำให้ผู้อื่นหมดทุกข์ได้นั้น ก่อนอื่นต้องทำให้ตัวเองมีแสงสว่าง
เสียก่อน การมีแสงสว่างคือการมีความรัก คือต้องให้ความรักต่อผู้คนเสียก่อน
เป็นอย่างไรก็คือต้องทำให้ตนเองยืนได้ ทำให้ตนเองหมดทุกข์เสียก่อน โดย
แท้จริงอย่างแน่แท้ อธิฐานและขอให้ทุกอย่างเกิดผลดีเท่านั้น

การมีความรักที่บริสุทธิ์จะมีแสงสว่างและจะส่งไปถึงผู้คนได้เวลาที่
ผู้คนเจ็บป่วยได้รับความทุกข์มีความตึงเครียดความกดดันไม่ว่าด้วยเหตุผลใดก็
ตามข้าพเจ้าจะทำการกำจัดให้หมดไปด้วยพลังการรักษาของข้าพเจ้าเอง จะทำ
ให้ความทุกข์นั้นได้หมดไปและความรู้สึกไม่สุขกายสบายใจ ความรู้สึก
กระสับกระส่ายทั้งหลายความกังวล จิตกังวลทั้งหลายก็จะถูกรบกวนจะถูก
กำจัดให้หายไป คนที่ประสบปัญหาเกี่ยวกับจิตใจไม่ได้รับการรักษาและ
เพราะว่าคนนั้นได้อยู่ห่างจากใจของคามินั่นเอง

ทำไมข้าพเจ้าถึงได้พูดอย่างนั้น ก็เพราะว่าคามิได้มอบความรักให้แก่
ท่านแล้ว ได้มอบความรักแก่ผู้คนทั้งหลายทั้งเขาและเธอนั่นเป็นความจริงซึ่ง
ถ้าใครได้มีความตั้งใจ เขา เหล่านั้นจะได้รับหนทางแห่งแสงสว่างจากคามิจาก
ผู้อภิบาล เขาจะได้รับความสำเร็จหรือไม่ก็ขึ้นอยู่กับตัวของเขาเอง

เหมือนกับข้าพเจ้าเคยใฝ่ฝันอยากจะเป็นนักดนตรี ตอนที่ข้าพเจ้ายังเป็น
เด็ก ข้าพเจ้าก็เลยเรียนดนตรี หลังจากข้าพเจ้าได้ศึกษาแล้วก็ได้คนพบว่าตนเอง
สนใจเกี่ยวกับปรัชญาและการศึกษาหลักการและความคิดพื้นฐานของศาสตร์
ข้าพเจ้าได้ศึกษาและเป็นไปแบบธรรมชาติ ทำไมหรือมันมีเหตุผล ข้าพเจ้า
ไม่ได้เรียนอะไรที่เกี่ยวกับคามิพร้อมเพื่อน ๆ แต่ข้าพเจ้าได้อธิฐานและได้มีคามิ
อยู่ในใจของข้าพเจ้าตลอดเวลา

คามิกับมนุษย์

อธิฐานอย่างไร อธิฐานขอให้ผู้คนทั้งหลาย ขอให้มนุษยชาติ ขอให้คา
มิได้ใช้ชีวิตของข้าพเจ้าเองเพื่อมนุษยชาติและขอให้ผู้คนที่เป็นเป้าหมาย
เหล่านั้น ได้รับความสำเร็จในเร็ววันเถิด ความรู้สึกที่อธิฐานแบบนี้ไม่ได้หายไป
จากจิตใจของข้าพเจ้าเลย จะยังคงอยู่ในจิตใจของข้าพเจ้าอยู่ตลอดเวลา
เป็นเพราะอะไรถึงเป็นแบบนั้น เพราะการถือตนเป็นที่ตั้งและจะส่งผล
ให้มีความสามารถทางจิตสำเร็จได้
คนที่มีการถือตนเป็นที่ตั้ง ถ้าได้อธิฐานอะไรหรือมีความต้องการอะไร
ถ้ามีแรงกระตุ้นหรือจะเริ่มทำอะไรก็จะมาจากส่วนที่ต่ำสุดจะส่งผลให้เขาได้รับ
ผลที่ไม่เต็มที่ ข้าพเจ้าคิดว่านั่นเป็นเพราะโชคชะตาพรหมลิขิตของเขาในที่สุด
ก็จะส่งให้เขาและเธอถึงทางตันไปในตำแหน่งที่ก้าวหน้าต่อไปไม่ได้ เนื่องจาก
เขาไม่ได้ละทิ้งการถือตนเป็นที่ตั้งและข้าพเจ้าก็ไม่คิดว่าจะมีใครที่จะได้รับการ
ยกระดับชีวิต โดยพลังของการปรากฏการณ์ทางจิตเกี่ยวกับจิตวิญญาณของแต่
ละคน
คนที่มีความรักที่บริสุทธิ์ ไร้เดียงสาและมองโลกในแง่ดีมีความเชื่อ
เลื่อมใสก็จะได้รับการติดต่อจากคามิโดยตรงและใกล้ชิด ถึงอย่างไรก็ตาม
ในทางตรงกันข้ามถึงแม้จะมีการอธิฐานอย่างไรก็ตามก็จะไม่สำเร็จถ้าเขา
เหล่านั้นมีเจตนาร้ายมีความอาฆาตแค้นอยู่ในใจหรือคิดไม่ดีมีความหวาดกลัว
ต่ออนาคตก็จะไม่ได้พบกับคามิ
คนที่มีความกังวลใจเป็นทุกข์ใจหรือเศร้าใจให้ฝึกมองดูท้องฟ้าอย่าง
ตั้งใจก็จะได้รับพลังงานเกี่ยวกับการสั่นสะเทือนที่เป็นบวกจากสวรรค์ลงมาให้
ไม่ว่าจะมีฝนตกหรือท้องฟ้ามืดครึ้มก็ตามมันสำคัญมากที่จะกลับมาในใจของ
ท่านและจะส่งผลไปยังสวรรค์
ถ้าได้มองไปในท้องฟ้าและสวรรค์ก็จะได้รับแสงสว่างทำให้จิตใจสว่าง
บริสุทธิ์ ข้าพเจ้าจะเสนอแนะให้ทำการภาวนาและอธิฐานดังต่อไปนี้
**"คามิช่วยให้ความรักแก่ข้าพเจ้าด้วยและขอให้ข้าพเจ้าได้พบกับสัจ
ธรรมด้วยตัวของข้าพเจ้าเองและให้ข้าพเจ้ารับความรักที่สุดซึ้งด้วยเถิด"**

โกะอิ มาซะฮิสะ

คนที่อธิฐานแบบนี้ทุกวัน ๆ จะไม่ได้รับความล้มเหลวหรือผิดหวังจะ
ได้รับผลมากกว่าไปสถานที่ที่ศักดิ์สิทธิ์ วิหารหรือวัดเพื่อทำการอะไรหลาย ๆ
อย่างเสียด้วยซ้ำ

ข้าพเจ้าไม่ได้กำหนดท่าทางในการอธิฐานเวลาท่านทำการอธิฐานท่าน
อาจจะยืนหรือนั่ง หรือนอน มันเป็นสิ่งสำคัญมากคือการอธิฐานนั่นเอง ไม่ใช่
ท่าทาง ขอเพียงท่านมีความรักให้กับคามิด้วยตนเองท่านก็จะได้รับความรักที่
ลึกซึ้ง

อธิฐานตลอดเวลาที่คิดได้ ไม่ได้กำหนดเวลาใดเวลาหนึ่งจะดีกว่าจะ
ได้รับผลการภาวนาที่ดีกว่า ถ้าคิดกลับกันถ้ามีความคิดที่เป็นลบ มีความอิจฉา
ริษยา บ่น มีความคิดในลักษณะที่ด้อยกว่า มีความคุมแค้นความขุ่นข้องใจ ก็จะ
ได้รับผลทางตรงกันข้ามจะได้ไปในทางมืดไม่มีความสุข นั่นเป็นเรื่องที่ไม่ควร
ลืมเลย ขอให้ใช้ความพยายามในการใช้พลังงานที่ประเสริฐในการอธิฐาน

ความรักสามารถรักษาได้ทุกอย่าง

สิ่งที่เป็นทุกข์ทั้งหลายถ้ามีใจที่เป็นความรักก็จะสามารถเยียวยาได้ด้วย
ความรัก

การอธิฐานของข้าพเจ้าคือการอธิฐานด้วยความรัก ข้าพเจ้าเชื่อในคำ
สอนที่มีความรักเป็นที่ตั้งและความเข้าด้วยพลังแห่งรัก

ข้าพเจ้ากำลังจะบอกว่าความรักไม่ใช่อารมณ์ ความรู้สึก ความรู้สึกหรือ
อารมณ์เกิดจากความรักและจะมีความสัมพันธ์กันจนแยกกัน ไม่ได้ใน
ภาษาญี่ปุ่นก็เลยรวมคำศัพท์กัน เป็น**ไอหรือความรัก และโจหรือความรู้สึก**
(ความรักความรู้สึกและอารมณ์ความรัก) ก็จะเป็น **ไอโจ ในภาษาอังกฤษ คือ
ความรู้สึกอ่อนไหว ความผูกพัน** สำหรับเหตุผลนี้ ความรักในศาสนาพุทธ จะมี
ความหมายออกมาว่า เป็นต้นกำเนิดของภาพลวงตา สิ่งไม่จริง ความรักของคามิ
ก็คือความเมตตา ความอนุเคราะห์ ความเห็นอกเห็นใจ ข้าพเจ้ากำลังจะเขียน
อะไรเกี่ยวกับความรัก ความรักคือความเมตตา ไม่ใช่ความรู้สึกแต่ต้องระวังใน
ภาษาอังกฤษ (มีความเมตตาอย่างสูงส่ง)

คามิกับมนุษย์

แต่ว่าความรักความเมตตา มนุษย์ไม่สามารถแยกออกจากกันได้ชัดเจน
ระหว่างสองสิ่งนี้ คือความรักเป็นสิ่งที่ดี ความเมตตาเป็นสิ่งเลว ในโลกที่วิเศษ
นี้ความรักคือความเมตตาเข้ามาเกี่ยวข้องด้วยอย่างหลีกเลี่ยงไม่ได้ เหมือนเป็น
เงาที่แอบแฝงมาจากแสงสว่าง ความรักก็เป็นสิ่งที่สวยงามแต่ไม่เหมือนกับ
ความรู้สึกที่มีความผูกพันและส่งเสริมกันและจากส่วนโครงของวงกลมที่มี
ความยาวเท่ากับรัศมีของความรักก็จะพัฒนานาเป็นสิ่งที่ดีและสดใส

คนที่มีความรู้สึกที่ไม่ดีก็จะส่งผลให้ไม่ดียิ่งขึ้นไปก็จะกลายเป็นความรัก
ที่ไร้ซึ่งความเมตตากรุณา ความเย็นชา ความเฉยเมยไปเลย

คนที่มีความรักมาก ๆ ก็จะเกิดความรู้สึกที่ดีและมีความเมตตาและจะ
สามารถควบคุมได้เป็นสิ่งที่วิเศษ นั่นเป็นความรักของคามิ ซึ่งเป็นปรากฏการณ์
ธรรมชาติที่พิเศษยอดเยี่ยมไม่ธรรมดาซึ่งรับรู้ได้โดยประสาทสัมผัส

คำอธิฐานของข้าพเจ้าคือขอให้สิ่งทั้งหลายทั้งปวงของข้าพเจ้า จงได้
กลับกลายเป็นของคนอื่นและโอบกอดผู้คนด้วยใจของข้าพเจ้าเองและแบ่งปัน
ให้กับคนทั้งโลก

การอธิฐานสิ่งแรกจะต้องทำใจตนเองให้สะอาด ว่างเปล่าเสียก่อน ให้มี
เฉพาะคามิเท่านั้นเข้ามาอยู่ในใจ

การอธิฐานจะทำโดยการให้คามิอยู่ในใจและสิ่งที่ขอให้เก็บไว้ก่อนและ
หลังจากนั้นจะสำเร็จเองก็จะได้ตามสิ่งที่หวังเอง

คนที่อธิฐานแบบการถือตัวเป็นที่ตั้งก็จะได้รับผลลดลงและจะทำอะไรก็
มีดีเลย ก็ขอเพียงให้นึกถึงคามิเท่านั้นเองแหละ และฝึกเฉพาะความรัก ความรัก
บางครั้งก็เหมือนเข้มงวด และจะกลายเป็นเรื่องมากเหลือเกินเป็นความเครียด
เคร่งครัด ความบึ้งตึง ความรุนแรงจนกลายเป็นความเข้มงวดกวดขันไปและ
แตกต่างจากความเย็นชา

ความรักที่มีความเข้มงวดกวดขัน บึ้งตึงไปก็จะทำให้คนทั้งหลายมีชีวิต
ที่สมบูรณ์แบบ เพราะเข้ามาในความรัก และคนที่มีความเย็นชาและมีความรัก
จะไม่เหมือนกัน จะได้รับผลไม่เหมือนกันต้องแยกกันให้ออก

เป็นความรักที่เข้มงวดหรือความรักที่เย็นชาแต่ละคนต้องแบ่งแยกต้อง
ตรวจสอบและเปรียบเทียบให้ได้และนำไปใช้ให้เป็นประโยชน์และจะส่งผล
ให้เป็นแนวทางได้

ความรักที่เป็นเหมือนเข้มงวดแต่เย็นชาและความรักที่หลอกลวงเป็น
ความรักที่แสร้งทำ ซ่อนเร้น เหมือนกับว่าจะมีความรักที่เข้มงวดกวดขันและ
ความรักที่มีอารมณ์ผิด ๆ จะส่งผลให้มีทัศนคติที่ผิด ๆ ได้ ทุกคนต้องภาวนา
อ้อนวอนต่อคามิและมาอยู่กับคามิ

ข้าพเจ้าเชื่อว่าคามิจะให้ได้พร้อมกับข้าพเจ้าพร้อมด้วยบทบาทที่จะ
ส่งผลให้ผู้คนเข้าใจในคามิให้ลึกซึ้งมากขึ้นและตอบคำถามได้ ผลอธิฐาน
ติดต่อกันในแต่ละวันพร้อมด้วยผู้คนทั้งหลาย คำอธิฐานคือ (คู) หรือ **"สภาพที่
เป็นความจริง"**

บทความที่ 8
บทสรุป

การดำเนินชีวิตภายใต้หลักเกณฑ์ทางศาสนา ความศรัทธาของหลัก
ปรัชญาและผู้ชำนาญการในศาสนาดูมีความแตกต่างที่ได้บรรยายมาในแต่ละ
บทความที่กล่าวมา ถึงยังไงข้าพเจ้าเขียนมาในหนังสือเล่มนี้ไม่ใช่เพื่อ
วัตถุประสงค์ทางวิชาการแต่เพื่อให้มีสันติภาพมาสู่ผู้คนในโลก

หลังจากที่อ่านเรื่องที่กล่าวมาแล้วและได้รับทราบว่าความสัมพันธ์
ระหว่างมนุษย์กับคามิในเบื้องต้นเป็นอย่างไร และได้ให้คำมั่นสัญญา และ
นำพามนุษย์เป็นอย่างไร คามิเป็นอย่างไรและถือปฏิบัติก็จะได้รับสันติสุข
ข้าพเจ้าจะไม่กล่าวตำหนิและการฝึกปฏิบัติที่เกี่ยว คามิและสิ่งศักดิ์สิทธิ์ทั้งหมด
แต่ข้าพเจ้าเขียนเกี่ยวกับการภาวนาและการเลื่อมใสในคามิ

ข้าพเจ้าอยากจะให้เข้าใจอะไรคือถ้าอ่านหนังสือเล่มนี้อยากจะให้ผู้อ่าน
ได้ทราบถึงว่าถ้ามนุษย์ได้เลื่อมใสศรัทธาในคามิจะไม่มีการผิดหวังโดยไม่ต้อง
สงสัยเลยถ้าได้ร้องขอและอธิฐานก็จะได้รับการตอบรับจากคามิ ได้รับ
ความสำเร็จอย่างแน่นอน ก่อนอื่นต้องมีความเชื่อก่อนในคามิก็จะได้รับการ
สนับสนุนช่วยเหลือและได้รับความสำเร็จในชีวิตในที่สุดและท่านก็จะได้รับ
แต่เรื่องราวที่เกิดขึ้นโดยคาดไม่ถึงเพราะว่าคุณได้อยู่กับคามิแล้ว

ถ้าท่านคิดว่าคามิไม่มีรูปร่างไม่มีตัวตนนั่นเป็นความคิดที่ผิดเข้าใจผิดแน่นอน คามิมีตัวตนจริง ๆ ไม่มีรูปร่างแต่ถึงอย่างไรคามิก็มีหน้าที่และฝึกใช้ญาณหยั่งรู้ในบางครั้งบางคราว ก็มีคล้าย ๆ กับมาในรูปของมนุษย์และจริง ๆ เป็นมนุษย์แต่มาทำงานแทนคามิก็จะทำให้เราทราบและมองดูเป็นคามิในการถือปฏิบัติและเลื่อมใสของมนุษย์ผู้นั้น

ซึ่งถ้าคุณมีความเชื่อในการดำรงอยู่ของคามิอย่างแรงกล้าคามิก็จะให้ผู้คนเหล่านั้นได้รับแต่สันติภาพอย่างเหมาะสม

เวลาที่สิ่งศักดิ์สิทธิ์มีการกำหนดด้วยตัวของมันเองให้เป็นหนึ่งเดียวเป็นรูปร่างเดียวมันก็จะกลับกลายเป็นความผูกพันซึ่งกันและกัน มนุษย์เกิดจากสิ่งที่เกิดขึ้นจากความอุตสาหะความพยายามที่จะทำให้มีการบรรลุซึ่งการรู้แจ้งความเจ็บปวดทรมานในร่างกายมนุษย์ก็จะได้รับการเยียวยาเหมือนกับเป็นสมองส่วนหลังที่รวมของสมองน้อย ซึ่งนั่นข้าพเจ้าได้คิดแบบนั้นเหมือนกันมันมีความเกี่ยวพันธ์กันหลังจากนั้นมนุษย์ก็จะมีทางออกและลงความเห็นว่านั้นเป็นสิ่งที่จะเป็นสำหรับชีวิตมนุษย์ มนุษย์ก็จะเป็นมนุษย์ที่มีศาสนาและมีความเชื่อเลื่อมใสในศาสนา

มันเป็นความหลังของข้าพเจ้าที่ว่าจะทำให้มนุษย์มีความต้องการที่อยู่ที่เป็นธรรมดาก็จะหมดกังวลได้และทำการภาวนาทุกวันก็จะได้รับสิ่งที่ปรารถนาและได้ไม่ผิดหวัง

เรื่องนี้ข้าพเจ้าเชื่อว่าการทำแบบนี้มันเป็นหนทางแรกที่จะทำให้เราได้รับผลสำเร็จเร็วที่สุดเหมือนกันทุกคนพร้อมกับคามิ

เหมือนกับการทำงานในตำแหน่งสูง ๆ เป็นบุคคลสำคัญของประเทศนั้น ๆ หรือคนที่มีคุณสมบัติของการเป็นมนุษย์ มีมนุษยธรรม แน่นอนเป็นหนทางเฉพาะบุคคลเหล่านั้น ในอนาคตอย่างมากมาย ส่งผลให้มีการเปลี่ยนแปลงของแต่ละประเทศนั้น ๆ ขึ้นอยู่กับประเภทของบุคคลเหล่านั้นที่จะพัฒนาเพื่อความถูกต้องและเป็นหนทางของคนเหล่านั้นด้วย

คามิกับมนุษย์

คนที่ไม่ทราบและมีความตั้งใจหรือสนใจเกี่ยวกับความเชื่อและได้รับคำแนะนำและให้เขาไปในทางที่ดี หาทางออกที่ดีให้ทำให้มีชีวิตตกต่ำก็มีและไม่ได้รับความสำเร็จก็มี เรื่องแบบนี้ก็ต้องทำความเข้าใจ

ซึ่งเขาจะต้องมีความเชื่อในคามิและอธิฐานและคำอธิฐานนั้นต้องอธิฐานไม่ใช่เฉพาะเพื่อตนเองไม่ใช่เฉพาะแต่ประเทศตนเองแต่ต้องอธิฐานเพื่อนำความสันติภาพมาสู่คนทั้งโลกนั่นเป็นธรรมชาติที่เป็นจริง ทั้งประเทสตนเองและประเทศข้าง ๆ ก็ต้องระวังเพราะการอธิฐานแก่คนทั้งโลกก็เหมือนกับอธิฐานให้แก่ประเทศของตนเหมือนกัน

คนสอนของคามิไม่ได้มีทางออกเพื่อให้เกิดความล้มเหลวแต่เพื่อให้เกิดสันติภาพและทำให้มีชีวิตชีวา

ในโลกที่มีหลายประเทศหลายเผ่าพันธุ์และมีการแบ่งเชื้อชาติ วงศ์ตระกูลจึงทำให้มีหลักศีลธรรมมีหลักการจากคามิให้แต่ละ ประเทศแต่ละเผ่าพันธุ์แต่ละเชื้อชาติมีลักษณะ เฉพาะบุคคลไปเพื่อให้เกิดความเป็นจริงขึ้นมาและเพื่อสิ่งที่มีชีวิตที่อาศัยอยู่บนโลก

ความทุกข์ร้อนทั้งหลายที่ผู้คนเหล่านั้นได้รับและเพื่อให้บรรลุถึงความสำเร็จ ผู้คนแต่ละประเทศและแต่ละเผ่าพันธุ์ก็ต้องแก้ไขภายใต้การคำนึงสันติภาพ เวลามีข้อสงสัยคลางแคลงใจ เขาจะต้องแก้ไขด้วยตนเองเวลาที่เขามีการทะเลาะเบาะแว้งกันจนทำให้ได้รับบาดเจ็บทำให้ได้รับการกระทบกระเทือน (ทางจิตใจ) เขาก็สามารถรักษาและพยายามอีกครั้งและผู้สูญเสียก็จะเสียใจและผู้ชนะก็จะดีใจมีการเฉลิมฉลองที่เป็นเช่นนี้คือสภาพของโลกนี้

การแบ่งแยกความสันติภาพและแบ่งแยกพลังงานก็ทำให้เป็นที่ประจักษ์ได้แล้วว่าเกิดจากมนุษยชาติมีผลให้มีความหลงเหลืออยู่แค่ความสัมพันธ์ระหว่างชัยชนะหรือความล้มเหลวและความจริงจะส่งผลถึงโลกทำให้โลกมีสภาพที่ไม่แน่นอน

โกะอิ มาซะฮิสะ

จากการมองของข้าพเจ้าถึงจะมีเรื่องเศร้าซึ่งผู้คนได้รับแต่ละประเทศซึ่งจะได้รู้
เลยว่าเกี่ยวกับมูลฐานเป็นอย่างไรซึ่งจะมีการตรวจสอบและวิจัย ค้นคว้าเพื่อ
หนทางที่จะทำให้เกิดการระงับ หยุดยั้งอำนาจและความเข้มแข็งเหล่านั้นได้

　　การภาวนาของแต่ละคนก็คือการมีชีวิตที่ยิ่งใหญ่ สูงส่ง (คามิ) และมีใน
หลาย ๆ รูปแบบและพลังงานจากแหล่งกำเนิด ถึงจะเข้าใจอย่างไรก็ตามมันจะ
ยากมากในการฝึกแบบนี้นอกจากคนต้องเข้าใจให้ลึกซึ้งเข้าไปในสมอง แต่เป็น
ชั่วนิรันดร์ ซึ่งไม่สามารถจะทำลายได้และส่งตรงไปยังคามิและให้คำมั่นสัญญา
อย่างเด็ดขาดต่อคามิเพื่อประเทศและหรือผู้คนซึ่งใครได้ทำการปฏิบัติเป็นครั้ง
แรก เป็นความกล้าหาญที่เป็นพิเศษ เป็นการกำหนดเป็นความต้องการที่จะใส่
ความต้องการในการฝึกปฏิบัติที่เป็นจริง นั่นคือหนทางที่จะส่งผลให้แก่
ประเทศชาติหรือเกี่ยวกับชนชาติ ชาติพันธุ์ที่มีขนบธรรมเนียมเกี่ยวกัน จะส่งผล
ให้เกิดสันติสุขและผู้นำที่วิเศษก็จะต้องรู้ถึงการเกิดว่าจะเกิดผลจริงที่ประเสริฐ
ได้อย่างไร

ตอบคำถาม

คำถามและคำตอบที่จะมีขึ้นต่อไปนี้เป็นครั้งแรกอาจจะไม่ยกมาทั้งหมดจาก การถูกถามเกี่ยวกับการเกิดของมนุษยชาติ

คำถาม 1 ช่วยอธิบายเกี่ยวกับการเกิดของมนุษย์

<u>ตอบ</u> หลังจากการตาย ชีวิตจะเปลี่ยนไปตามผลการทำของมนุษย์ จะมีการแบ่งแยกว่ามนุษย์นั้นกระทำผลกรรมดีก็จะเกิดผลในทางที่ดีและถ้ากระทำกรรมไม่ดีก็จะเกิดไปในที่ไม่ดี ในโลกนั้น จากหลาย ๆ สถานการณ์ เช่น ความเจ็บปวด ความเศร้าใจ ความโศกาอาดูร หรืออาจจะหมายถึงความสุขทั้งหลาย และจะส่งผลถึงการมีความก้าวหน้าในชีวิต

และหลังจากนั้นเมื่อจิตวิญญาณที่มีตำแหน่งสูงและมีการศึกษามีความรู้สูงกว่าหรืออะไรก็ตามจิตวิญญาณบางตัวอาจจะหลุดพ้นก่อนการเกิดก็มี เช่น การตายของทารกก่อนเกิดมาดูโลก

จิตวิญญาณธรรมดาเกิดมาโดยปราศจากความทรงจำการระลึกถึงความหลังก็มี ซึ่งธรรมดาจะมีการระลึกถึงจะมีอดีตมีการหมุนเวียนการ **เกิด แก่ เจ็บ ตาย** หลาย ๆ ครั้ง

จิตวิญญาณส่วนใหญ่จะมีความสัมพันธ์กับพ่อแม่ทางสายเลือดแต่ก็มีความสัมพันธ์กันแบบครอบครัว ส่งผลให้มีสิ่งที่คล้ายกันเหมือนกันบ่อย ๆ ซึ่งจะมีการเกิดขึ้นมาของผู้ที่ประเสริฐมีสิตปัญญามากหรืออะไรก็ตาม เกิดมาใน

ครอบครัวที่แตกต่างอย่างเหมาะสม และเด็กที่เกิดมาได้รับการศึกษาที่ดีอยู่ใน
สภาพแวดล้อมที่ดีก็จะเป็นมนุษย์ที่ประเสริฐได้แล้วแต่ครอบครัว

การเกิดการเปลี่ยนแปลงของโลกของจิตวิญญาณมีหลาย ๆ จิตวิญญาณ
รอเขาอยู่ก่อนการเกิด ขณะที่ครอบครัว (สามี – ภรรยา) เอ มีความสัมพันธ์ทาง
ร่างกายกันในขณะนั้นก็ขึ้นอยู่กับสภาพจิตใจของผู้นั้นว่าเป็นอย่างไร มีจิตใต้
สำนึกอย่างไร เมื่อเกิดการปฏิสนธิ จิตวิญญาณที่กำลังขอเขาอยู่ก็จะมาเกิด เช่น
นาย เอ และ นางสาว บี มีการสร้างสิ่งดึงดูดความสนใจซึ่งกันและกัน มีอารมณ์
ความรู้สึกที่ละเอียดอ่อน เร่าร้อนและอ่อนหวาน ซึ่งอารมณ์เร่าร้อนและ
อ่อนหวานคือการตั้งครรภ์

ซึ่งขณะที่มีความสัมพันธ์ทางร่างกายระหว่างสามี – ภรรยาจะมี
ความสำคัญมาก ถ้าคุณได้ภาวนาว่าอยากจะได้เด็กที่จะเกิดขึ้นมาดี อยากได้เด็ก
ฉลาดก็จะส่งผลให้ท่านได้ตามที่ท่านหวังไว้ในขณะนั้น

ผู้คุ้มครองเด็กจะส่งความสัมพันธ์ระหว่างเด็กและคู่ครองนั้น ๆ เข้ามาใน
ชีวิตให้ในขณะจะตั้งครรภ์

การหมุนเวียนตายเกิดของมนุษย์ขึ้นอยู่กับสภาพจิตวิญญาณโดยธรรมดา
หลังจากการตายไปแล้วและอีกประมาณ 2- 3 ปี ก็จะมาเกิดใหม่ แต่ว่าจะไม่ได้
เกิดในทันทีทันใด จะมีการสะสมพอกพูนในโลกของจิตวิญญาณและเกี่ยวโยง
ถึงกันไปถึงจิตใจและวิญญาณ (ฮากุ) เป็นการรวมตัวของอะตอมเล็ก ๆ เกี่ยวกับ
ร่างกาย

ซึ่งการเรียกการเกิดของ นาย เอ ในโลกของร่างกายเป็นผลให้มี
กระบวนการกลับมาเกิดใหม่พร้อมกับการติดต่อกับชีวิตไปอย่างพร้อม ๆ กัน
ในเวลาเดียวกัน ซึ่งเน้น 2 รูปแบบหรือจะพูดเป็นคำพูดคือ สิ่งที่เกี่ยวกับจิต
วิญญาณ จิตใต้สำนึกและสิ่งที่เกี่ยวกับร่างกาย ซึ่งพลังจากความคิดจะส่งมาจาก
พลังงานการกระตุ้นเฉพาะบุคคลไป ซึ่งใครเป็นแหล่งกำเนิดเป็นรากฐานก็จะ
ส่งตรงมา ถึงอย่างไรประเภทของการอธิบายก็จะอธิบายรวมกัน ถึงการเวียน
กลับมาเกิดใหม่ของมนุษย์

คามิกับมนุษย์

ข้าพเจ้าอยากจะกล่าวถึงในที่นี้ในภาษาญี่ปุ่นโลกของจิตวิญญาณ
เรียกว่า โอ-สุ-ชิ-โยะ (OTSUSHI –YO) หรือกระบวนการของโลก มีความหมายคือ
โลกคือกระบวนการที่เกี่ยวกับโลกของจิตวิญญาณ *สิ่งศักดิ์สิทธิ์*

*คำถาม 2 กรุณาตอบคำถามพวกเราเกี่ยวกับการควบคุมการเกิด ตั้งแต่การ
สนับสนุนการเกิดปัจจุบันและรวมไปถึงความสัมพันธ์ของการกลับมาเกิดใหม่
ของวิญญาณของมนุษย์*

<u>ตอบ</u> ถึงช่วงนี้ศาสนาเกือบทั้งหมดคิดว่าการควบคุมการเกิดเป็นสิ่งที่ไม่ดี แต่
ใน 1 ส่วนเท่านั้นที่มีความเข้าใจแต่ว่าส่วนมากที่ไม่เห็นด้วย เพราะว่าเป็นการ
ขัดคำสั่งคามิเป็นการรบกวนจิตวิญญาณทั้งหลายซึ่งไม่ใช่สิ่งที่ดีเลย
    สำหรับตัวข้าพเจ้าไม่มีการให้ความเห็นไม่ให้ความสำคัญเกี่ยวกับการ
ควบคุมการเกิด สำหรับอะไรเพราะเหตุผลอะไร เพราะว่ามนุษย์หลายคนยังไม่
เข้าใจเกี่ยวกับการเกิดไม่เข้าใจเกี่ยวกับคามิไม่เข้าใจว่ามนุษย์จะเป็นอย่างไร
เช่น คู่สามี – ภรรยาที่มีลูกตั้ง 7 - 8 คน แต่ไม่มีรายได้ที่จะเลี้ยงดูลูก ๆ และพวก
เขาก็เป็นห่วง กังวลเกี่ยวกับการเลี้ยงดูและไม่มีมรดกทางทรัพย์สินให้ทายาท
และมีความยุ่งเหยิงมีความสับสนวุ่นวาย ซึ่งถ้ามีคู่สามี – ภรรยาแบบนี้ พวกเขา
ก็จะมีความคิดเห็นเกี่ยวกับคามิ เกี่ยวกับการเกิดของมนุษย์ทางตรงกันข้าม จะมี
การต่อต้าน ไม่ใช่ในคามิไม่เชื่อในการเกิด เพราะเด็กที่เกิดมา เพราะคามิให้เกิด
มา และจะก่อให้เกิดความโกลาหลไม่สงบ ส่งผลให้ความสะดวกสบายของ
พวกเขามีความเป็นอยู่ที่น่ากลัว วิตกมาก และเป็นอะไรที่ไม่แน่นอนที่จะทำ
อะไรบางอย่าง และไม่น่าเชื่อถือและไม่มีความเชื่อมั่นที่จะทำอะไรลงไป
    การมีความสัมพันธ์ทางเซ็กส์ระหว่างชาย – หญิง ไม่ใช่เพื่อทำเด็กอย่าง
เดียวแต่เป็นการแลกเปลี่ยนความรักเข้ามาเกี่ยวข้อง และในขณะเดียวกันก็เป็น
เหมือนการแลกเปลี่ยนความคิด และจะส่งผลให้มีความเข้มแข็งและจุดอ่อน

หวานจุดบอบบางของแต่ละคู่ไป ผสมคละกันไปและมันก็แล้วแต่คู่ด้วยว่าจะควบคุมการเกิดอย่างไร

ข้าพเจ้าไม่เคยคิดว่าการมีชีวิตที่นอกเหนือจากการตั้งครรภ์ไม่ดี (หมายถึงก่อนการตั้งครรภ์) คือมีชีวิตมาก่อนการตั้งครรภ์ของมารดา แต่ว่าแล้วแต่คนการควบคุมการเกิดของคู่สามี – ภรรยาก็เพราะว่าเหตุผลส่วนตัวก็มี เช่น เพื่อต้องการให้คู่ตัวเองมีความสุข และอีกอย่าง ขั้นสูงกว่าก็คือถึงจะไม่ควบคุมการเกิด ปล่อยให้เป็นธรรมชาติ นั่นเป็นสัจธรรมสำหรับพวกเรา และเป็นสิ่งที่ดีและเด็กพวกเราก็จะพัฒนาเป็นเด็กที่ดีในอนาคต นี่คือทำไมข้าพเจ้าถึงเคารพและภาวนาให้พวกเขาเหล่านั้นในโลกนี้

คำถาม 3 *การกำหนดชะตาชีวิตว่าเป็นอย่างไรนั้นมีการกำหนดก่อนการเกิดหรือหลังการเกิดแล้ว*

ตอบ เกือบทั้งหมดจะมีการกำหนดก่อนการเกิดแต่ว่าจริง ๆ แล้วก็แล้วแต่ความจริงก่อนการเกิดของคนนั้น ๆ ว่าในชาติก่อนเป็นอย่างไร แต่ว่ามีการเปลี่ยนแปลงได้นะเป็นอย่างไรหรือ ซึ่งถ้าคน ๆ นั้น มีความเข้มแข็งและมีจุดประสงค์ที่ดีและคิดว่าคามิ คือ อะไร บรรพบุรุษและบิดามารดา

ข้าพเจ้าอยากจะบอกทุกท่านว่าให้ระลึกถึงคามิอยู่ตลอดเวลาให้คิดถึงการทำดีอยู่ตลอดเวลาท่านก็จะได้รับสิ่งที่พึงประสงค์เองในที่สุด หลายคนอาจจะมองไม่เห็นจิตวิญญาณขอเพียงแต่มีความเชื่อ ความนับถือในคามิ และชีวิตตนในอดีตที่เคยมีกรรมต่าง ๆ ก็จะลดน้อยลงไปซึ่งนั่นคือการช่วยเหลือของคามิ จะช่วยเสริมให้ท่านนี่คือสิ่งที่มนุษย์พึงกระทำว่าจะทำอย่างไรถึงจะให้ชีวิตของตนเองพบสันติภาพที่เป็นจริงจากที่ที่มีความไม่พึงประสงค์

คนที่มีความเข้มแข็งมีความเชื่อไม่เท่าไรหรือไม่มีความเชื่อก็จะไม่มีผลและอีกอย่างหนึ่งพวกเขาจะไม่สามารถเปลี่ยนชีวิตของพวกเขาได้เลยดังนั้นมันก็แค่เป็นการกำหนดไว้ล่วงหน้าไว้เท่านั้นแต่จะไม่สามารถเปลี่ยนชีวิตของพวก

เขาได้เลย ดังนั้นมันก็แค่เป็นการกำหนดไว้ล่วงหน้าไว้เท่านั้นแต่จะไม่มีการเปลี่ยนไปตามแผนที่กำหนดไว้ได้เลย

ถ้ามนุษย์มีความเชื่อและปฏิบัติตามก็จะส่งผลให้เขาเหล่านั้นได้รับผลดีตามไปด้วย และจะมีสิ่งที่แสดงให้เขาและเธอทั้งหลายได้รับพลังงาน ชีวิตของพวกเขาจะเปลี่ยนไป

บรรพบุรุษที่ล่วงลับไปแล้วจะคอยช่วยท่านถ้าท่านยังอาศัยอยู่ในโลกแห่งการมีชีวิตนี้ ผู้ล่วงลับไปแล้วจะช่วยท่าน โดยตรงถ้าท่านมีความเชื่อถือเกี่ยวกับสิ่งศักดิ์สิทธิ์ถึงแม้ว่าเขาจะไม่มีความพยายามเพียงแค่มีความเชื่อถือเท่านั้น จะคอยช่วยให้พลังงานแก่ท่าน

เรื่องแบบนี้ถึงแม้ว่าจะไม่รู้จักจะไม่รู้ว่าจะมีบรรพบุรุษจะมาช่วยแต่ขอให้มีความเชื่อถือคามิ ถ้าคุณมีความรักและศรัทธาและความเป็นจริงหรือสัจธรรมก็จะเกิดแก่ท่านเองในที่สุดในชีวิตของท่าน

คำถาม 4 *ความแตกต่างระหว่างคนที่จะกลับมาเกิดใหม่และคนที่จะไม่กลับมาเกิดใหม่คืออะไร*

ตอบ คนที่ไม่ต้องการจะกลับมาเกิดในโลกมนุษย์นั้นเขาจะรู้ได้ด้วยตนเองกับคามิ และความรู้สึกเหล่านี้ก็เป็นที่ประจักษ์ปรากฏชัดแจ้งแล้วเกี่ยวกับการกระทำของเขาเหล่านั้นนั่นเอง มันไม่มีความจำเป็นสำหรับการที่จะทำให้พวกเขามีประสบการณ์มากขึ้นดังนั้นเขาจะไม่กลับมาเกิดในโลกมนุษย์อีก คนที่ไม่มีความคิดว่าตนเองจะกลับมาเกิดไม่รู้เลยว่าตนเองจะกลับมาเกิดอีกหรือไม่ คามิ ท่านรู้แล้วว่าคนคนนี้จะเกิดมาอีกไม่ได้แบบนี้ก็มี (ตอนมีชีวิตอยู่ตนเองไม่รู้แต่พอตายไปแล้วเป็นวิญญาณคามิ จะเป็นผู้กำหนดและตัดสินให้)

และอีกพวกหนึ่งที่นอกเหนือจากยกตัวอย่างแล้วคือคนที่มีการสะสมพอกพูนประสบการณ์ก็จะทำให้สามารถรับรู้ได้และกลับมาเกิดใหม่ทำให้บรรลุผลสำเร็จได้ว่าได้รับความจริงแล้วโดยการกลับมาเกิดใหม่ในโลกมนุษย์

คำถาม 5 *ในการกลับมาเกิดใหม่มันจะเป็นไปได้ไหมในการเลือกเพศ ความแตกต่างของการจะเกิดมาเป็นผู้หญิงหรือผู้ชายในการเลือกเพศ*

ตอบ มีเยอะมาก ๆ ในกรณีนี้เพราะว่าอะไร เช่น คนที่อยากจะเกิดเป็นผู้หญิงหรือชายได้ทำการเปลี่ยนนิสัยตัวเองเปลี่ยนความเป็นอยู่ของตนเองและได้ทำให้มั่นใจ ทำให้มีความเชื่อมั่นว่าตนเองจะได้แบบนี้ก็จะได้ตามต้องการ คนที่จะเป็นอะไรก็ได้ขึ้นอยู่กับคามิ เป็นผู้ตัดสินใจ

คนที่เป็นผู้ชายหลายคนดูเหมือนเป็นผู้หญิงหรือในผู้หญิงหลายคนดูเป็นผู้ชายนั่นเป็นเพราะว่าการกลับมาเกิดใหม่

จิตวิญญาณไม่มีการแยกเพศว่าเป็นหญิงหรือชายในโลกจะมีแค่คำว่า “KON” ในภาษาญี่ปุ่น คือจิตใต้สำนึกและ “Haku” ฮา-กุ คือโลกมนุษย์มีร่างกาย ทั้งสองอย่างนี้เท่านั้นที่จะมีการแบ่งแยกเพศได้ว่าเป็นหญิงหรือเป็นชาย

มีคนถามข้าพเจ้าบ่อย ๆ เกี่ยวกับความเมตตา ความอนุเคราะห์คือผู้ชายหรือผู้หญิง

คามิ คือความเมตตาความอนุเคราะห์คามิ เป็นการสมมติสิ่งต่าง ๆ ที่ไม่มีชีวิตให้เหมือนเป็นคน (บุคลาธิษฐาน) และแสดงโดยการปรากฏหรือบ่งชี้ให้เห็นว่าเป็นหญิงหรือชายในองค์เดียวกัน พูดง่าย ๆ คือคามิ ไม่มีเพศชายหรือหญิงแต่ในการทำให้เป็นรูปร่างแทนวิญญาณของคามิก็จะกำหนดรูปปั้นที่เป็นการจำลองแทนคามิ แต่ไม่ใช่ผู้หญิงหรือผู้ชาย บางองค์อาจดูเป็นหญิงบางองค์อาจจะมองเป็นชาย ในภาษาไทยถ้ามองเป็นหญิงจะพูดว่าเทวีหรือหญิงที่สวยงาม ส่วนถ้ามองเป็นชายจะพูดว่าคามิ

คามิกับมนุษย์

คำถาม 6 *ข้าพเจ้าอยากจะทราบว่าความแตกต่างของความสามารถของมนุษย์เป็นอย่างไร*

__ตอบ__ ความสามารถของพวกเราเกิดจากการมีประสบการณ์ในการฝึกหัด มีประสบการณ์ในการเรียนมาก่อนของพวกเรานั่นเอง ถ้าใครได้เคยขยันตั้งใจเรียนวาดรูปบ่อย ๆ เข้าก็จะเก่ง ฝึกร้องเพลงบ่อย ๆ เข้าก็จะเก่งนั่นคือประสบการณ์ ทุกคนเป็นแบบนี้ทั้งนั้นหรือเหมือนกับเด็ก 6 ขวบที่มีอัจฉริยะภาพเกี่ยวกับเปียโนหรือเด็ก 8 ขวบมีความสามารถวาดภาพจนเป็นมืออาชีพได้เพราะเหตุว่าเขาได้ฝึกอย่างหนักมาก่อนนั่นเอง

เวลาดูโหงวเฮ้งจากหน้าตาหรือดูลายมือก็จะรู้ว่าคน ๆ นี้ทำงานอะไรในอดีตทำอะไร ข้าพเจ้าเล็งเห็นเกี่ยวกับสภาพจิตใจข้างในและข้าพเจ้าสามารถมองและบอกผู้คนถึงระดับความรู้สึกเช่นนั้นที่เกิดขึ้นในใจ

ประสบการณ์สิ่งที่เกิดขึ้นในปัจจุบันก็เกี่ยวเนื่องจากอดีตว่าคนผู้นี้ได้เคยฝึกเคยเล่าเรียนมาอย่างไรก็จะส่งผลมาถึงเดี๋ยวนี้และจนตายและไม่ได้ใช้เวลาภายใน 1 วันและส่งถึงชีวิตหน้าด้วย

ซึ่งการฝึกอย่างนั้นไม่ได้ใช้เวลานิดหน่อยเลย พวกเราต้องไม่ลืมความสำเร็จนี้ ซึ่งจะส่งผลถึงการเรียนรู้ส่งผลจากความอุตสาหพยายามเพราะสิ่งที่เกิดขึ้นมันเกิดขึ้นจากความพยายามอุตสาหะ ถ้าพวกเราดูและพิจารณาโลกมนุษย์โดยไม่คิดถึงอดีต คิดถึงแต่ในอนาคตมันก็ดูเหมือนเป็นสิ่งที่ไม่เท่าเทียมกัน ไม่แฟร์

ซึ่งในลักษณะเหมือนความไม่มีอะไร ไร้ค่า ไม่มีตัวตน การมีความเพลิดเพลินไปในชั่วขณะเท่านั้น และผู้คนเป็นการแสดงอารมณ์ต่อหน้าผู้อื่นและเป็นเหตุให้เกิดความกังวลและเกิดต่อสู้กัน มีสงคราม เกิดความขัดแย้งมีการแข่งขันกัน

ซึ่งถ้าถูกมองดูจาก คามิ ก็จะดูว่าคนเหล่านั้นน่าสงสารไม่มีความสุข ข้าพเจ้าต้องพูดว่าคนเหล่านี้ไม่มีความสุข โชคไม่ดี ผู้คนจะต้องมีการสั่งสม

ประสบการณ์และเรียนรู้สิ่งต่าง ๆ ซึ่งจะส่งผลให้มีความรู้ถึงขั้นสูงและลึกซึ้งและส่งผลให้มีระดับความรู้ที่สูงขึ้นไป ซึ่งนี้คือไม่มีหนทางอื่นใดเลยที่จะส่งผลให้ผู้คนเหล่านั้น ได้ผลลัพธ์ด้วยตนเองจากความเจ็บปวดของเขาทั้งหลาย

ซึ่งทำไมข้าพเจ้ามีความรู้สึกเช่นนี้จริง ๆ ข้าพเจ้าไม่ได้จะตั้งใจทำลายหรือเปลี่ยนความรู้สึกของผู้คนเหล่านั้นซึ่งเป็นหลักการระบบความเชื่อส่วนบุคคล ซึ่งพวกเขาไม่ทราบเลย หรือไม่มีความพยายามเลยว่ามนุษย์จริง ๆ แล้วคืออะไร และส่งผลให้เขาเหล่านั้นได้วนเวียนอยู่ในระลอกคลื่น วนเวียนอยู่ในการเคลื่อนไหวที่แรงวนเวียนอยู่ในความสับสนวุ่นวาย

ถ้าท่านได้รับรู้ถึงความจริง ถึงความรักที่แท้จริงและแค่สนใจเกี่ยวกับสังคมและประเทศและผู้คน มันไม่สายเกินไปเลยที่จะเริ่มทำความรักใคร่และเลื่อมใสบูชา เริ่มอธิษฐาน เริ่มอุทิศตัวท่านเองทั้งหมดอย่างเต็มที่ที่จะเรียนรู้เกี่ยวกับการจะส่งผลให้ท่านสูงขึ้นและทำให้สามารถรับรู้ ทำให้ท่านบรรลุผลสำเร็จได้ ทำให้สิ่งไม่ชัดเจนกลายเป็นความจริงได้และหลังจากนั้นก็ดำเนินการกระทำ ชีวิตคือสิ่งที่เกี่ยวกับกระดูกสันอก

คำถาม 7 *การสวดมนต์จริง ๆ เป็นการปลอบใจ การทำให้รู้สึกสบายใจขึ้นและความไม่มีราคี ความปราศจากมลทินใช่หรือไม่*

ตอบ ใช่ การสวดมนต์ จริง ๆ เป็นการปลอบใจทำให้รู้สึกสบายใจขึ้น ความไม่มีราคี ความปราศจากมลทิน ตามคำสอนของพระพุทธเจ้า เป็นแสงสว่างที่สูงจากคามิส่งผลให้ผู้คนได้รับรู้แต่ว่าคนที่สวดมนต์จะมีระดับจิตใจที่ต่างกันจิตใจสูงก็มีและได้รับผลต่างกันไป เมื่อการสั่นสะเทือนของแสงที่สูง ๆ ได้ยึดไว้เนื่องจากผู้คนเหล่านั้นได้ทำการสวดมนต์ ทำให้ผู้คนเหล่านั้นได้เห็นทางออกอย่างแน่นอน ส่งผลให้หยุดพ้นจากผลกรรมทั้งหลายและบรรลุถึงโลกของสภาพจิตใจภายใต้จิตใต้สำนึก

แต่ว่าถึงแม้ว่าจะสวดมนต์เท่าไรก็ตามถ้าไม่มีความเชื่อถือเลื่อมใสในคามิ ไม่มีความรักเลยเพียงแต่ท่องบทสวดมนต์เท่านั้น (และปฏิบัติตามธรรมเนียมปฏิบัติ) หรือ เพราะว่าพฤติการณ์ สภาพแวดล้อมพาไป คลื่นจากคามิจะไม่ทำให้ประสานกันไม่ทำให้กลมกลืนกันจากการสั่นสะเทือนของแสงที่อยู่ไกลจากคามิ ไม่เน้นทางผ่านให้ถึงจิตใจภายใต้จิตใต้สำนึก

ถ้าท่านท่องบทสวดมนต์แบบตั้งใจ สิ่งที่สำคัญทั้งหลายจะรวมจะตั้งมั่นจะมุ่งประเด็นให้ท่านได้รับสิ่งที่ดีจากคามิ สิ่งนี้จะส่งผลให้จิตใจคุณว่างเปล่าแสงสว่างจากคามิ จะทำให้จิตใจคุณว่างเปล่า และทำให้มีผลสะท้อนกลับส่งผลให้บรรลุผลกรรมทั้งหลาย ส่งผลให้ท่านมีการชำระล้างทำให้เกิดความบริสุทธิ์จากคามิ

ถ้าท่านถามพระหรือคนที่ทำหน้าประกอบพิธีให้สวดมนต์ให้การปรากฏการแสดงจากคามิ จะส่งผลให้ท่านเกิดความแตกต่างไม่เหมือนกัน ดังนั้นความมีศีลธรรมอันดี ลักษณะนิสัยของพระ ระดับสิ่งที่เกี่ยวกับจิตใจของพระจะส่งผลให้ท่านได้รับรู้และจากส่วนลึกของความรักของท่านเพื่อผู้คนที่ตายไปแล้ว ซึ่งเหมือนกับความเป็นจริงตามคำสอนของศาสนา ชินโต

คำถาม 8 *ในคำสอนของศาสนาสอนว่าคามิ จะประทานสิ่งที่ต้องการให้ใช่ไหมสวรรค์ทรงโปรดหรือให้เราพักอาศัย ถ้าความเป็นไปได้ทำให้ความต้องการกลายเป็นจริงได้ที่วิเศษยอดเยี่ยมพวกเราจะ ต้องปฏิบัติอย่างไร*

<u>ตอบ</u> คามิ จริง ๆ เป็นผู้ประทานที่วิเศษ เพราะอะไรเพราะชีวิตคือคามิ ให้มานั่นเองอะไรคือทำให้สัมฤทธิ์ผลจากคามิ ดังนั้นถ้าผู้นั้นมีความพยายามอย่างที่สุดต่อสู้ดิ้นรนก็จะได้รับสิ่งที่หวังจาก คามิทั้งหมดที่ต้องการ

อะไรบ้างที่ทำให้สัมฤทธิ์ผล เช่น การขยันหมั่นเพียงก็จะสัมฤทธิ์จากคามิ โดยจะได้รับตำแหน่งฐานะที่ดีและสภาพแวดล้อมที่ ถ้าขี้เกียจก็จะไม่สัมฤทธิ์ผล ในความหมายนี้คือก็ขึ้นอยู่กับผลกรรมของแต่ละคนที่เป็นอย่างไร

ถ้าใครมีผลกรรมน้อยและมีความพยายามมีความมุ่งมั่นอย่างมากก็จะได้ผลสำเร็จตามที่หวังไว้ สิ่งที่หวังไม่ใช่ใหญ่โตเหมือนภูเขาใหญ่โตแต่เป็นการต้องการที่สำคัญในชีวิตสิ่งที่จำเป็น อิสรภาพ คนสิ่งของ และฐานะตำแหน่งที่ดี นั่นคือ สิ่งที่ต้องการที่ไม่มีที่สิ้นสุดจากคามิ

คำถาม 9 *(พูดว่าหมาป่าหรือสัตว์ป่าชนิดหนึ่งกินเนื้อเลี้ยงลูกด้วยนม ขนสีเทาอยู่รวมกันเป็นฝูง) มนุษย์มีการถูกครอบงำจากสัตว์พวกนี้หรือเปล่าถ้าเป็นจริงข้าพเจ้าต้องการอยากจะทราบ*

ตอบ ถ้าจะพูดว่าหมาป่าหรือสัตว์ร้ายอะไรพวกนี้ไม่ใช่แต่มีความหมายถึงความรู้สึกเกี่ยวกับผลกรรม ความรู้สึกเปรียบเทียบว่ามีสัตว์ร้ายอยู่ในร่างกายและถูกครอบงำจิตใจในคนที่มีโรคประจำตัวและคนเป็นโรคหัวใจ นักพรต ดาบส ฤาษี โยคี ผู้บำเพ็ญตบะ นั้นมีมากแต่จริง ๆ ไม่ใช่สัตว์ร้าย จะถูกครอบงำในจิตใต้สำนึกมาก ๆ บางครั้งคนที่สามารถมีใจมั่นคงสม่ำเสมอ สามารถรับแสงจากคามิได้หรือสถานที่ศักดิ์สิทธิ์และจะส่งกลับมาโดยกะทันหันได้โดยทันทีทันใด

และความรู้สึกที่เกี่ยวกับอารมณ์หรือจะพูดอีกอย่างคือ จิตใจ วิญญาณที่จริงมันคือการรวมตัวของคลื่นของแสงของกรรมหรือคลื่นของผลการกระทำคลื่นของการกระทำที่ทำต่อเนื่องมาจากชาติก่อน ๆ ซึ่งมันลวงตาไม่เป็นจริงจะรู้สึกคลับคล้ายคลับคลา ซึ่งคลื่นของแสดงของกรรมนี้จะไม่มีความรักเหมือนชีวิตมนุษย์ซึ่งมาจากคามิและมีความรัก และภายในมนุษย์จะมีความรักซึ่งมีความต้องการความรักต้องการผลประโยชน์ มีวัตถุประสงค์ มีสติปัญญา ความเฉลียวฉลาด มีไหวพริบ รู้จักคิดแต่คลื่นของแสงของกรรมจะไม่มีเลยทั้งหมดและก็เช่นกันถ้าคนหรือมนุษย์คนใดไม่มีความรักไม่มีสติปัญญาอะไรเลยมนุษย์ผู้นั้นก็จะเปรียบเหมือนคลื่นของแสงของผลกรรมหรือพูดง่าย ๆ ก็คือเปรียบเหมือนสัตว์ร้ายนั้นเอง เช่น หมาป่าอะไรพวกนี้

คามิกับมนุษย์

เวลาคนคนนั้นมีความคิดแบบนั้นเขาก็ตายและจะกลายเป็นโลกของสัตว์ร้ายและก็จะถูกแสดงออกมาเป็นรูปร่างของโลกคือความคิด ความนึกคิดมองเห็นคล้ายเป็นรูปร่าง รูปร่างของวิญญาณของสัตว์ร้าย รูปร่างของงู ไม่ใช่คนมองเห็นแต่ในโลกของวิญญาณจะมองเห็นรูปร่างของวิญญาณของสัตว์ร้าย เพื่อไม่ให้มีรูปร่างแบบนี้สิ่งแรกที่ต้องมีคือความเคารพและความรักที่ซื่อสัตย์จากใจจริงและความเชื่อ ข้าพเจ้าจะกระตุ้นท่าน ไม่ให้มีความวิตกหรือกังวลเกี่ยวกับพลังงานทั้งหลาย เหมือนกับคนที่มีความคิดที่เคร่งครัดเกินไปก็จะทำให้ไม่มีความสงบ ทำให้ขาดความสมดุล ขาดความพอ เพราะว่านั้นคือสิ่งที่ผิดซึ่งจะมีผลถึงครอบครัวด้วย ซึ่งก็มีหลาย ๆ ครอบครัวเป็นแบบนั้น

ข้าพเจ้าคิดว่าคนที่ไปวัด โบสถ์ วิหาร แล้วภาวนาขอจากสิ่งศักดิ์สิทธิ์ ว่าอยากจะได้สั่งโน้นสิ่งนี้หรือฝึกปฏิบัติอย่างเดียวเพื่อให้ได้ผลสำเร็จตามที่หวังนั้นเป็นสิ่งที่อันตราย สิ่งแรกที่สำคัญที่สุดคือการได้พบกับท่านอาจารย์ที่ดีคือภาวนาขอให้ตนเองได้อยู่กับคามิตลอดไปและขอให้เจอพระอาจารย์ที่ดีเพื่อนำทางให้แก่ท่านได้ไม่ใช่เฉพาะในชีวิตนี้เท่านั้นแต่จนกว่าคนจะได้ค้นพบความจริงจากคามิ จนกว่าท่านจะได้รับแสงสว่างสิ่งที่วิเศษจากคามิ ถ้าท่านมัวแต่ภาวนาและคิดเกี่ยวกับจิตวิญญาณและความเป็นคามิก็จะทำให้ท่านเดินทางผิดได้

ถ้าท่านมีความสุขกับศาสนาก็จะส่งผลให้ได้พบกับสิ่งที่ใสสะอาดและเวลาที่ท่านตระหนักถึงสิ่งนั้นแน่นอน นั่นคือทำให้ท่านสนใจเกี่ยวกับขบวนการของจิตวิญญาณคามิมีหนึ่งเดียวแต่ทำไมถึงได้มีการแบ่งเชื้อชาติศาสนา วัฒนธรรมและประเทศ

คำถาม 10 *ทุก ๆ สิ่งเป็นหนึ่งเดียวกับคามิ แต่ทำไมคามิถึงให้มีการแบ่งแยกเป็นสัญชาติ เชื้อชาติ ประเทศ*

ตอบ คามิมีเงื่อนไขว่าแบ่งแยกเป็นประเทศ เชื้อชาติให้เป็นโลกชีวิตส่วนตัว ซึ่งแต่ละอย่างนั้นเป็นสิ่งเดียวกันนั้นเองนี่คือขบวนการเดียวกันมันเป็นทาง

เดียวกันกับคามิในขณะที่มีการแบ่งแยกเชื้อชาติ สัญชาติ ประเทศ จริง ๆ ทีการแบ่งโดยพระเจ้า ผู้คนมีการหายใจมีชีวิตความเป็นอยู่มีการช่วยเหลือซึ่งกันและกันก็จะทำให้ได้พบความสุข ส่งผลให้พบกับหลาย ๆ สิ่ง มีความซื่อสัตย์ต่อกันซึ่งมนุษย์ก็จะได้เป็นอยู่ในโลกนี้ก็จะกลายเป็นความหมายว่าเป็นสิ่งเดียวกันกับคามิ

ถึงอย่างไรทุกสิ่งมันยากมาก ลำพังถ้ามนุษย์ได้กระทำเองแต่คามิจะอยู่เบื้องหลังคามิได้ทำการแบ่งแยกให้แล้วว่าเป็นโลกของจิตวิญญาณ โลกมนุษย์ซึ่งแบ่งแยกเป็นเชื้อชาติ เผ่าพันธุ์ ศาสนา ประเทศต่าง ๆ ซึ่งเราก็ได้ตระหนักกันอยู่ทุกวันนี้ว่ามีหลายเผ่าพันธุ์ ซึ่งจะกล่าวเป็นคำพูดอื่นคือ ความเป็นหนึ่งเดียวและมีความซื่อสัตย์ที่ประเสริฐ มันประเสริฐมาก ความประเสริฐนี้ทำให้ผิดพลาดได้ถ้าแต่ละคนได้ทำตามใจตนเองโดยไม่สนใจซึ่งกันและกันก็จะทำให้ความประสงค์นั้นหมดไป ทำให้เกิดสงครามกันได้ถ้าไม่มีการกระตุ้นจากคามิมนุษย์จะต้องมีการศึกษามีการช่วยเหลือซึ่งกันและกันนั่นคือคลื่นของมนุษย์ที่มาจากคามิหรืออีกอย่างคือต้องไม่ลืมว่าในโลกของมนุษย์นี้ มนุษย์จะเป็นอะไรในสังคมของเขาเหล่านั้น จะมีกุญแจไขข้อข้องใจทำไมถึงมีผู้คอยช่วยเหลืออยู่เบื้องหลัง

อิสรภาพและพลังงานที่มาจากคามิที่จะทำให้เกิดเป็นลักษณะของประเทศการกำหนดลักษณะของแต่ละบุคคลสิ่งเหล่านี้คามิจะทำไม่ได้ จนกว่าทั้งหมดนี้ต้องเริ่มทำด้วยตนเองโดยต้องมีพลังมีความรักเพื่อคนทั้งหลาย เพื่อประเทศทั้งหลายและเพื่อเชื้อชาติทั้งหลาย ก็จะทำให้โลกได้รับความสงบสุขและพบกับสิ่งที่สมหวังทั้งปวง

สิ่งแรกที่ผู้นำประเทศของแต่ละประเทศในโลกต้องตระหนักคือต้องทำให้จิตวิญญาณและร่างกายได้มีความรักเสียก่อนจึงจะส่งผลให้สังคมมนุษย์สงบสุขขึ้นมาได้

ซึ่งถ้าผู้นำของแต่ละประเทศใน โลกขาดเรื่องนี้เพียงแต่ภาวนาถึงคามิและก็เพียงแต่ไม่เปิดใจก็จะทำให้เกิดความหายนะสักวันหนึ่ง นั่นเป็นเพราะว่า

ผู้นำแต่ละท่านไม่สร้างความสงบสุขของโลกและประเทศที่มีคามิก็จะไม่ได้พบโลกที่สงบ

คำถาม 11 *ทำไมมนุษย์พอเกิดมาแล้วมีทั้งที่ชอบและเลื่อมใสในศาสนาและไม่การเลื่อมใสก็มี*

ตอบ นั่นเพราะว่ามีเหตุผลคือผลบุญผลกรรมของแต่ละคนไม่เหมือนกัน คนที่ไปโบสถ์ไปวัดมีความเทิดทูนบูชาในศาสนาถ้าเราเจอเขาเหล่านั้นจะพูดง่าย ๆ ว่าเป็นผู้ที่มีจิตใจที่ดีงามก็ไม่ได้คนที่ไม่เข้าไปในศาสนาไม่ไปโบสถ์แต่มีความเลื่อมใสและดูสง่างามก็มีเยอะมาก มีความรักที่มีจิตใจที่ดีงาม คือมีความรู้สึกว่าอะไรดีอะไรชั่วความดีคืออะไร จะรู้ได้ด้วยตนเอง ซึ่งคนเหล่านั้นจะเป็นผู้ที่มีจิตใจเหมือนคามิ มีความรักให้กับศาสนามากกว่าคนที่เข้าไปโบสถ์ฟังธรรมแต่ไม่มีความเลื่อมใสจิตใจไม่ดีงามเสียด้วยซ้ำ

คามิคือความรักคือความรู้สึกผิดชอบชั่วดีมีมโนธรรม ถ้าคนที่มีศาสนาอยู่ในใจแต่ไม่มีความรู้สึกผิดชอบชั่วดีไม่มีมโนธรรมคนนั้นก็จะไม่มีความหมายอะไรเลย

คนที่มีความรู้สึกผิดชอบชั่วดีมีมโนธรรมและไปโบสถ์ไปวัดมีความรักให้กับศาสนาคนนั้นก็จะมีสง่า จะดูสง่างามมาก

คำถาม 12 *ที่พูดว่ามนุษย์มีร่างกาย มนุษย์ก็มีจิตใต้สำนึกด้วยภายในร่างกายอะไรคือส่วนที่เป็นจิตใต้สำนึก*

ตอบ จิตใต้สำนึกก็เป็นเหมือนส่วนที่มีความรู้สึก ความรักและการกระทำ จิตใต้สำนึกมีลักษณะอากาศธาตุที่อยู่รอบ ๆ นอกร่างกายมนุษย์ เหมือนร่างกายของมนุษย์แต่เป็นรูปของธาตุอากาศจะรู้ว่ามีบุญกรรมขนาดไหน จะรู้ลักษณะของจิตวิญญาณว่ามีขนาดไหน มีสีอะไร

เวลามีคนพูดว่าเห็นวิญญาณหรือเห็นผี พวกเขาเห็นอะไร จริง ๆ พวกเขาไม่ได้เห็นวิญญาณแต่จิตใต้สำนึกเห็นต่างหาก รวมถึงรูปร่างของความคิด คำ

ที่ว่าวิญญาณคือตำแหน่งส่วนหนึ่งของจิตใต้สำนึก หรือพูดอีกคำหนึ่งคือวิญญาณได้มอบหมายหน้าที่ให้แก่จิตใต้สำนึก

จิตใต้สำนึกของแต่คนจะมีขนาดและสีต่าง ๆ กันแล้วแต่ผลกรรมของคนนั้น แล้วแต่ความคิดการกระทำของคนนั้นขนาดสีก็เลยต่างกัน คนที่มีจิตใต้สำนึกมาก ๆ ก็คือคนที่มีความขยันหมั่นเพียรมีความเลื่อมในคามิเป็นอย่างไร หรือคือคนที่มีความรักมีการไปโบสถ์ก็จะได้รับคลื่นจากจิตใต้สำนึกได้เร็วและมาก คนที่มีจิตใต้สำนึกที่ไม่พินิจพิเคราะห์ขาดการพิจารณาก็จะมีระดับที่ต่ำและจะทำอะไรก็ยากได้รับผลยาก แต่คนที่มีจิตใต้สำนึกที่ดีมาก ๆ มีการพินิจพิเคราะห์ที่ดีมีการพิจารณาที่ถี่ถ้วนก็จะได้รับผลตามประสงค์นั่นคือได้รับแสงจากคามิ

จิตใต้สำนึกจะดีมีสีสว่าง ใสสะอาดสิ่งที่ไม่ดีจะหมดไปนั่นคือส่วนหนึ่งของคามิจิตใต้สำนึกที่มีคล้ำไม่สว่าง หนัก นั่นคือมีสีเปรอะเปื้อนและถ้ามีสีม่วงและค่อย ๆ สว่าง ๆ ขึ้นก็จะกลายเป็นการเลื่อนระดับไปอยู่ยังชั้นสูง ๆ ขึ้นไป นั่นคือใกล้คามิเพราะมีความใสสะอาดขึ้น

เวลาที่ท่านพบคนที่มีหน้าตามีสีหน้าที่แวววาวแผ่รัศมีและสีหน้าที่บริสุทธิ์ มันไม่ยากเลยที่จะทายนิสัยคนนั้นได้

ในทุกสถานการณ์ถ้าคุณมีความคิดที่ดีตลอดเวลาด้วยตนเองและแสดงความรักคุณก็จะได้รับการกระทำเกี่ยวกับการแสดงความรักเป็นแบบธรรมชาติโดยปราศจากความกังวลและไม่ต้องพยายามเลยในโลกมนุษย์นั้นต้องนึกเสมอว่าทุก ๆ อย่างไม่ใช่เพื่อมนุษย์เสมอไป แต่มีโลกของจิตใต้สำนึกและจิตวิญญาณที่อยู่เบื้องหลังรอท่านอยู่และท่านต้องเคลียความคิดและการกระทำที่ถูกต้องในเมื่อท่านอยู่ในโลกของสิ่งมีชีวิตมันมีความสำคัญมากที่จะสะท้อนให้เห็นถึงความเป็นจริงได้

คามิกับมนุษย์

คำถาม 13 ศาสนาคริสต์เชื่อว่าพระเจ้าเป็นผู้สร้างโลกเป็นผู้สร้างทุกอย่างแต่
ศาสนาพุทธไม่คิดอย่างนั้นเป็นเพราะอะไร

ตอบ นั่นเป็นปัญหาที่ยากมากเลย ศาสนาคริสต์พระเจ้าเป็นผู้สร้างสิ่งที่มีชีวิต
ทุกอย่าง นั้นเป็นเรื่องจริงไม่ผิด ในศาสนาพุทธจะอธิบายว่าในคำสอน 12
มูลเหตุและความรู้สึกที่เกิดขึ้นก่อให้เกิดผลว่าทุก ๆ อย่างในโลกเกิดมาจากไม่มี
อะไร (ความว่างเปล่า) และอีกอย่างคือก็จะอธิบายอีกเช่นกันในส่วนข้างหลังนี้
ทุกอย่างได้เกิดขึ้น เทพเจ้า(Divinity) (ธรรมชาติของความนับถือเทพเจ้า)
ข้าพเจ้าคิดว่าทั้ง 2 คำอธิบายที่ให้นั้นเป็นความน่าสนใจน่าพิศวงซึ่งเป็นหนทาง
นำไปสู่การค้นหาความจริง

ศาสนาคริสต์เหมือนศาสนาพุทธคือสอนว่าพระเจ้าอยู่ข้างในและก็สอน
ว่าถ้าทำดีก็จะได้รับผลดีถ้าทำชั่วก็จะ ได้รับผลชั่วเช่นกัน ซึ่งเป็นคำสอนที่
เหมือนกัน

แต่ถึงอย่างไรก็ตามศาสนาคริสต์อธิบายว่าอาจจะอธิบายถึงความหมาย
ว่ามีพระเจ้าในตัวของตนเองทำให้โลกเป็นรูปเป็นร่างขึ้นมาส่งตรงลงมา
ศาสนาพุทธอธิบายว่าโลกนี้คือมนุษย์ (ในจิตใต้สำนึกคือเทพเจ้า) ส่วนศาสนา
คริสต์ก็เข้าใจง่ายและส่งผลให้ผู้คนได้ค้นพบพระเจ้าได้รับสันติสุขมากขึ้น

และอีกอย่างหนึ่ง ในศาสนาคริสต์มีความคิดว่าถ้าคริสต์ศาสนิกชนมี
ความเลื่อมใสในพระเยซูคริสต์ เขาก็ได้รับความรักตอบจากพระเจ้าและผู้คน
ตลอดถึงพระเยซูคริสต์ ก็จะได้รับการชำระล้างบาป ในญี่ปุ่นมีนิกายหรือลัทธิที่
เป็นตัวเชื่อมเป็นตัวแทนระหว่างพระเจ้ากับผู้คนคือมิตาบุตรเหมือนกับพระเยซู
คริสต์ในศาสนาคริสต์

ความแตกต่างระหว่างทั้ง 2 คือในศาสนาคริสต์ก็มอบหมายพระเยซู
คริสต์ให้แก่ศาสนิกชนแต่อันหลังคือนิกายชินชูก็จะมอบหมายมิตาบุตรให้แก่
ผู้เลื่อมใส

ในศาสนาคริสต์มนุษย์ได้ถูกสร้างโดยความคิดของพระเจ้า นี่คือการ
ให้ มาโดยการมองเห็นเป็นรูปเป็นร่างและทำให้เกิดขึ้นโดยตรงโดยพระเจ้า
ในทางความคิดแยกออกเป็นจิตใต้สำนึกถึงพระเจ้าให้ดำรงชีวิตโดยไม่อิสระซึ่ง
เป็นไปโดยสิ้นเชิงการบังคับโดยการผลักดันไปสู่ข้างนอกโดยตัวของเขาเหล่า
นั้นเอง

อย่างไรก็ตามอีกอย่างหนึ่งในคัมภีร์ไบเบิ้ลได้ดำเนินไปข้างหน้าใน
ความคิดนี้โดยผู้สร้างและอีกอย่างหนึ่งคือ ได้มีการสอนไว้ด้วยว่าพระเจ้าคือ
ความรักและก็จะได้รับทางออกจนกระทั่งมีการสอนบ่อยมากเกี่ยวกับพระเจ้า
คือความรักถ้าใครได้แสดงความรักก็จะได้รับสันติสุขที่เป็นจริงสามารถส่งผ่าน
ไปยังอาณาจักรหรือขอบเขตแห่งพระผู้เป็นเจ้าได้ ในศาสนาพุทธคือได้สอนไว้
ว่าถ้าใครมีทุกข์ในจิตใจและได้ทำใจว่างเปล่าและก็จะได้มีทางออกโดยทำให้
หมดทุกข์ได้นี่คือเพราะคามิเหมือนกัน

สิ่งที่สำคัญที่สุดอันหนึ่งกับความแตกต่างระหว่างศาสนาคริสต์และ
ศาสนาพุทธศาสนาพุทธเชื่อในคำสอนของพระพุทธเจ้า ชื่อ เคะ-อิ-กง และอีก
หลาย ๆ อย่างได้พรรณนา บรรยายถึงความสง่าความทรงเกียรติ ความสวยงาม
และความรุ่งโรจน์ของโลกที่เป็นจริงและโลกของสวรรค์และศาสนิกชนก็ได้ทำ
การพรรณนาถึงชีวิตที่เป็นไป
หลาย ๆ อย่างเกี่ยวกับสิ่งที่เกี่ยวกับโลกของจิตใจโดยใช้คำว่าพระเจ้าในความ
นับถือความเคารพนี้ศาสนาพุทธได้อธิบายไว้ว่าส่วนตัวคามิโลกมนุษย์มาจาก
หลาย ๆ ส่วนและรวมกันเป็นมนุษย์

ในศาสนาคริสต์ มนุษย์ได้มาจากพระเจ้าแต่มนุษย์ที่มาจากพระเจ้าก็จะมี
พระเจ้าอยู่ภาในตัว ดังนั้นอย่างน้อยเขาก็ค้นพบและมีความคิดว่ามีพระเจ้าอยู่
ภายในตัวมนุษย์จะไม่ได้รับการเผชิญกับการเปลี่ยนแปลงที่เพิ่มขึ้น ความเป็น
อิสระทั้งหลายและพลังงานของมนุษย์ที่ลืมพระเจ้าไปชั่วขณะเขาก็ได้มีการ
สร้างบาปกระทำผิดหลักศาสนาบ้างและมากขึ้นและนั่นคือทำไมพระเยซูคริสต์
จึงรับภาระหน้าที่ในการกำจัดบาปของมนุษย์และเป็นผู้ประคองไม้กางเขนใน

พิธีทางศาสนาดังนั้นสิ่งที่มนุษย์จะต้องตระหนักด้วยตนเองในการที่จะให้
ความเห็นอกเห็นใจพระเยซูคริสต์ ลืมบาปหรือผลกรรมที่ผ่านมาให้ความรักต่อ
ผู้คนทั้งโลกและอยู่อย่างมีหัวใจสันติสุข

ในประเด็นสำคัญก็คือถ้าท่านเข้าใจทั้งหมดดีแล้วคำสอนของผู้ให้คำ
สอนมานั้นก็เหมือนกันกับคำสอนของผลกรรมซึ่งแต่ละเหตุผลอาจจะเกี่ยวกับ
ทางออกของเขาและเธอที่ดีที่สุด (ซึ่งก็เหมือนกับคำสอนหลักในหนังสือเล่มนี้
กรุณาอ่านทั้งหมดพร้อมกับพระคัมภีร์ ไบเบิ้ลหรือคำสอนของพระพุทธเจ้า)

คำถาม 14 *ข้าพเจ้าก็ได้พยายามอย่างดีที่สุดแล้วเกี่ยวกับการให้ความเคารพ*
ความเมตตาและในแต่ละวันพร้อมกับคำขอบคุณแต่มีการเจ็บป่วย และได้รับ
เรื่องเคราะห์ร้ายและก็ไม่ยุติในขั้นต่อไป อะไรคือสิ่งที่ข้าพเจ้าจะปฏิบัติใน
โลกนี้

ตอบ หลาย ๆ คนได้ประสบปัญหาแบบนี้และไม่สามารถกำจัดสิ่งชั่วร้าย
ออกไปได้ แต่มันก็ไม่มีอะไรที่ต้องกังวลและเป็นห่วง ไม่ต้องกังวลใจ ไม่ใช่
เรื่องที่ต้องเป็นทุกข์เลย นี่คือขบวนการที่ดำเนินการกับนั้นเองกับครอบครัว
และคนอื่นและญาติพี่น้อง คือ กรรมชั่ว ที่ได้สะสมพอกพูนมาจากหลายชาติ
ก่อน มาจากชีวิตหลาย ๆ ชีวิตก่อนหน้านี้ ไม่อย่างหนึ่งก็อย่างหนึ่ง เกี่ยวกับ
บรรพบุรุษของเขาเหล่านั้นและเธอมันจะเปิดเผยออกมาและแสดงให้เห็นในตัว
ของมันเอง ซึ่งมันจะโผล่ขึ้นมาให้เราได้เห็นระหว่างเวลาที่มีของคนนั้น

ในเมื่อสิ่งที่เพิ่มเติมเข้าไปในโลกของมนุษย์ จะอยู่ในโลกของจิตใต้
สำนึกด้วยและร่างกายด้วยมันดีมากเลยที่ทำให้คน ๆ นั้นมีความสุขกับบรรพ
บุรุษของเขาและเธอหรือลูกหลานและทายาท ที่จะลบล้างผลกรรมที่ไม่พึง
ประสงค์จากชาติก่อนเหมือนกับสิ่งที่เป็นไปได้ที่อยู่ในช่วงเวลาของชีวิตใน
โลก ความลำบาก การทนทุกข์ทรมานที่ไหนก็จะจางลงนี่คือทำไมบางครั้งทำดี
ก็ไม่ได้รับความดีตอบกลับ แต่จริง ๆ นั่นคือไม่ใช่ความเคราะห์ร้ายมันคือความ
ไม่พึงประสงค์ทั้งหลายได้ซ่อนเร้นอยู่ภายในเป็นระยะเวลานาน ๆ ก็จะสะสม

ไปเรื่อย ๆ และเขาทั้งหลายก็จะสามารถหยุดมันออกมาจากห้วงพลังนั้นได้ทำให้เป็นรูปร่างได้ นั่นคือท่านจะต้องเชื่อมั่นว่าสิ่งเคราะห์ร้ายทั้งหลายจะหายไปจากเขาเหล่านั้น สิ่งไม่พึงประสงค์จากผลกรรมและนั่นเป็นเพราะบรรพบุรุษของท่าน จะปกป้องให้สูญสิ้นไปและแสดงให้เห็นอย่างชัดเจนขึ้นมาได้

นั่นไม่ใช่เหตุอย่างเด็ดขาดเสียทีเดียวที่ว่าคามิจะให้สิ่งที่เคราะห์ร้ายกับผู้คนที่เคยทำไว้ ข้าพเจ้าจะแจ้งและยืนยันอย่างชัดเจนว่าไม่มีแน่นอน ซึ่งหลังจากที่ท่านได้เจอกับสิ่งที่ไม่พึงประสงค์ในก้นบึ้งของหัวใจให้ท่านคิดเสมอว่าทั้งหมดนั่นไม่ใช่เป็นเพราะคามิแต่เป็นเพราะท่านเองต่างหาก หลังจากนั้นชีวิตท่านก็จะได้พบกับหนทางสว่างเอง หลังจากที่ท่านได้เชื่ออย่างนั้น

นี่เป็นชนิดของความกล้าหาญแบบหนึ่งในตัวของมันเองคือการสวดมนต์ ซึ่งจะช่วยส่งผลและมีผลช่วยให้สภาพแวดล้อมของท่าน ส่งผลกระทบต่อการดำรงอยู่และวิวัฒนาการของท่านให้ดีขึ้น

คนจะพบกับความประหลาดใจว่าคนไหน ใครทำอะไรโดยบังเอิญได้ต่อสู้เผชิญหน้ากับสิ่งที่เคราะห์ร้ายทั้งหลายในชีวิตและจะเจ็บปวดกับสิ่งนั้นในจิตใต้สำนึกนี่คือความไม่สำเร็จ ผู้ที่มีบาปสะสมพอกพูนมาในหลาย ๆ ชาติก็จะไม่สามารถพบกับสิ่งที่ดีในชีวิตได้ จะพบกับความเคราะห์ร้ายในชีวิต และเช่นกันคนที่ไม่สามารถมองเห็นไม่มีพรสวรรค์ ไม่มีความสามารถพิเศษแต่เขาได้บริจาคเงินทุน ประสิทธิ์ประสาทให้กับสิ่งของหรือผู้คนที่ไม่ประสบผลสำเร็จและใช้จ่ายเพื่อให้ชีวิตตลอดชีวิตให้มีความสุข ทั้ง 2 ลักษณะท่าทางนี้และในสภาพที่เป็นจริงก็เกิดขึ้นจริง

เพราะว่าผลลัพธ์ของเขาทั้งหลายมีเหตุผลมีที่มาที่ไปในชีวิต มันไม่มีเหตุผลเลยที่จะเสแสร้งว่าคนเหล่านี้จะได้รับความเจ็บปวดหลังจากที่เขากลับไปอยู่ในโลกของจิตใต้สำนึก

ในการเกิดขึ้นของผลกรรมจากชาติในอดีตและหลาย ๆ ชาติมนุษย์ได้กระทำการทุกอย่างส่งผลถึงในโลกนี้เป็นตัวกำหนดเหตุผลในชีวิตนี้และเขาก็

ได้รับชะตากรรมพรหมลิขิตด้วยเช่นกัน จากความเชื่อมโยงหรือการเกี่ยวข้องสัมพันธ์กันกับผู้คนในอนาคตของตัวเขาเองด้วย

ในแต่ละกรณีนั้นถ้ามนุษย์จะมีประสาทสัมผัสทั้ง 5 ซึ่งส่งผลให้เห็นความจริงกระตุ้นให้รู้สึก ความมีอิสระ ไม่ถูกควบคุมให้เกิดความเกี่ยวข้องกับความยากลำบากในผลกรรม และถ้าได้บรรลุผลกรรมทั้งหลายผลกรรมก็จะค่อย ๆ จางลงไปและหมดไปในที่สุด และพวกเขาก็จะได้กลายเป็นส่วนหนึ่งของคามิ เป็นนักบวชผู้ศึกษาเทววิทยา ที่เหนือว่าเดิมและเป็นวงเวียนแห่งการเวียนว่ายตายเกิด

คำถาม 15 *มันดาละ คือลักษณะของรูปของเทพเจ้าที่ประจำอยู่ในความเป็นจริงของศาสนิกชนทั้งหลาย หลังจากที่มีการเข้าไปเกี่ยวข้องในแต่ละศาสนา แต่ละนิกาย ซึ่งได้ทำการสละไม่ให้ความสำคัญในเคหสถาน สละสิ่งที่เคยชินที่เคยมีความเกี่ยวข้องทั้งหลายในการสละสิ่งที่บูชาในบ้าน สละสิ่งของที่มีลักษณะเหมือนเทพเจ้าที่ประจำอยู่ในบ้านเป็นการสมควรแล้วหรือที่เขาได้กระทำเช่นนั้น*

ตอบ ส่วนประกอบที่สำคัญ เนื้อแท้ จุดสำคัญของศาสนิกชนคือการรวมเข้าเป็นหนึ่งเดียวกันกับคามิด้วยหัวใจที่ฝึกให้มีญาณหยั่งรู้และเพื่อที่จะส่งผลให้พวกเขาได้ใช้คำพูดเพื่อขอร้องให้อยู่ในความสงบและได้รับการตรัสรู้หรือรู้แจ้ง ก่อนที่พวกเขาจะได้ทำการเลือกว่าจะเข้าไปอยู่ในนิกายใด มันสำคัญมากที่พวกเขาจะต้องทำความเข้าใจเสียก่อน เมื่อได้ทำการกำหนดศาสนาแล้ว มันก็ได้ทำการริเริ่มเรียบร้อยแล้วและมีความผูกพันกัน เกี่ยวพันกันกับความเป็นจริงของธรรมชาติที่เป็นอิสระ

ซึ่งมนุษย์บางคนกังวลใจว่าเอ๊ะ จะเอาอย่างไรดีในเมื่อเข้าไปอยู่ในศาสนาแล้วและได้ให้ความสำคัญเกี่ยวกับลักษณะของคามิที่ประจำอยู่ซึ่งถ้าคนนั้นยังไม่แน่ใจก็ไม่ควรจะเข้าไปในศาสนานั้นดีกว่า เพราะเขายังไม่ได้ทำการ

ยอมรับเกี่ยวกับศาสนานั้น ๆ เลย ซึ่งคนเหล่านั้นต้องเชื่อในคามิเสียก่อนจะต้อง
มี คามิเข้ามาอยู่ในใจให้ได้เสียก่อน

อะไรที่จะต้องทำความเข้าใจหรือก็คือเขาทั้งหลายจะต้องเข้าใจว่าแต่ละ
ศาสนามีความเชื่อเป็นอย่างไร ถ้าเข้าใจถ่องแท้แล้วสิ่งที่เขาได้ทำการบูชาที่บ้าน
และเคารพที่บ้านซึ่งได้ทำกันมาตั้งแต่บรรพบุรุษก็จะสามารถเข้าถึงคามิได้ ทำ
ให้เขาเหล่านั้นได้มีความอุ่นใจว่าอย่างน้อยก็มีสิ่งที่สักการบูชาอยู่ที่บ้าน ตอน
เขายังมีชีวิตอยู่อาจจะชั่วขณะหนึ่งแต่เมื่อตายไปและญาติเขาเอากระดูกไปไว้
ในสิ่งที่สักการะที่บ้าน พระก็จะทำการเปลี่ยนชื่อให้คนที่ตายนั้น แต่ถ้าอีกบาง
คน หรือคนส่วนหนึ่งไม่ได้เข้าใจให้ถ่องแท้เลยเกี่ยวกับคามิแล้ว แต่เขาเหล่านั้น
คิดว่าไม่จำเป็นต้องมีสิ่งที่สักการบูชาไว้ที่บ้านก็ไม่เป็นไร เขาก็จะทำการติดต่อ
กับ คามิโดยตรงก็ไม่เป็นไร

แต่ถึงอย่างไรก็ตามสิ่งนี้มันก็ไม่ตรงประเด็น ไม่ตรงกับปัญหาสำหรับ
ผู้คนที่จะนำพวกเขาไปอยู่ในกระบวนการที่ดีกว่าและนำทางไปของความ
คุ้มครองจากผู้ที่เสียชีวิตไปแล้วหมายถึงบรรพบุรุษ สิ่งเหล่านี้คือมนุษย์ต้องทำ
ความเข้าใจให้แจ่มแจ้งเสียก่อนเกี่ยวกับทางออกของคามิด้วยตนเอง และด้วย
ความตั้งใจจริงในการภาวนาและอ้อนวอนจากคามิและก็ของความช่วยเหลือ
จากบรรพบุรุษที่ล่วงลับไปแล้วด้วย และคำภาวนาของพวกเขาก็จะส่งผลให้เขา
เหล่านั้นได้รับการชำระล้างให้ตนเองบริสุทธิ์และส่งผลให้พวกเขาไปอยู่ใน
โลกที่ดีขึ้นกว่าเดิม ข้าพเจ้าคิดว่ามันดีมากเลยสำหรับผู้ที่เป็นผู้ประเสริฐที่เขาไม่
เข้าไปอยู่ในสิ่งนั้น

สำหรับคนที่มีความกังวลใจ เป็นทุกข์ใจเกี่ยวกับสิ่งสำคัญนี้สิ่งแรกที่
สำคัญคือการแสดงความกล้าหาญที่จะเผชิญหน้ากับสิ่งทั้งหลาย สิ่งแรกคือการ
เลือกพระอาจารย์ที่ดีที่สามารถสั่งสอนพวกเราให้มีความกล้าหาญที่เป็นจริงได้

ความกล้าหาญคือความรัก คุณภาพทั้งหมดที่ต้องการความก้าวหน้าใน
การพัฒนาการของชีวิต

คามิกับมนุษย์

คำถาม 16 *อะไรเป็นสาเหตุที่ให้เกิดความผิดปกติอัมพาต ไม่สมประกอบ เป็นโรคที่ช่วยเหลือไม่ได้แก้ไขไม่ได้ และไม่สามารถรักษาให้หายได้ นั้นเป็นสิ่งที่ยากที่จะรักษาเยี่ยวยา จริงหรือ ?*

ตอบ สำหรับเรื่องที่เกิดขึ้นมาทั้งหมดนี้มันถูกทำให้เกิดขึ้นมาโดยขบวนการของการที่ถูกครอบงำของสิ่งบางอย่างหรืออาจจะพูดอีกอย่างหนึ่งว่า ถูกครอบงำโดยวิญญาณร้าย

ชีวิตของมนุษย์เกิดขึ้น โดยพลังอำนาจของคามิที่ไม่มีการเจ็บป่วยแอบแฝงเลยนั่นคือชีวิตจริงของมนุษย์ที่เกิดขึ้นมาในโลกที่มีการลงความเห็นมาเป็นเวลานานแล้ว การเกิดการเจ็บไข้ได้ป่วย ไม่ประสบความสำเร็จ และมีเรื่องผิดปกติเกิดขึ้นมาในชีวิตจะพูดอย่างสามัญคือช่วงเวลาที่มนุษย์ใช้ชีวิตอยู่ได้เกิดการกระทำที่นอกลู่นอกทาง ได้ก่อกรรมชั่วไว้ก็เลยเกิดสิ่งที่ไม่ดีเกิดขึ้นกับชีวิตตน

แต่ที่เกี่ยวกับคำถามที่ถามมานี้คือการเกิดขึ้นมาโดยผลกรรมของความสัมพันธ์ของคนที่เขาเกี่ยวข้องด้วย เกี่ยวกับด้านจิตใจเกี่ยวกับความสัมพันธ์ของบรรพบุรุษที่เคยก่อกรรมไว้ก็จะเกิดให้เห็นผลให้เป็นโรคอัมพาต ไม่สมประกอบ เป็นต้น ดังที่กล่าวมา

แสงที่ส่องลงมาโดยตรงของคามิเป็นแสงที่บริสุทธิ์แต่ขณะเดียวกันก็จะมีคลื่นประมาณ 10 เปอร์เซ็นต์ที่ไม่ดีมารบกวนแสงนั้นจึงทำให้มีการเจ็บไข้ได้ป่วยและคลื่นที่ไม่ดีที่มารบกวนนั้นจะถูกจำกัดไปหรือจะส่งย้อนไปยังคามิและจางหายไปในที่สุดอย่างไรก็ตามจะมี 2 วิถีทางเท่านั้น

ถึงอย่างไรก็ตามมันก็เป็นกระบวนการที่เกิดขึ้นมาของชีวิตปัจจุบันนั่นเองที่ไม่มีการรักษาโดยการใช้ยาให้หายได้ในทางวิทยาศาสตร์ เพราะว่าวิธีการดำเนินการที่จะไปกำจัดคลื่นของผลกรรมนั้นยังไม่มีและการภาวนาต่าง ๆ ที่จะไปทำให้เขาหายเจ็บป่วยได้ก็ยังไม่มี

ในกรณีเรื่องที่เกิดขึ้นนี้ เรื่องที่มีความผิดปกติทั้งหลาย คุณหมอมีการจัดการโดยใช้เครื่องไฟฟ้าเพื่อรักษาผู้ป่วยนั้นอย่างเห็นได้ชัดเจน มีความพยายามที่จะกำจัดโรคร้าย

จากผลิตภัณฑ์ของยาต่าง ๆ นี่คือทำไมข้าพเจ้าเรียกวิธีการแก้ไข ใช้สิ่งที่ช่วยแก้ไขว่าเป็นความยาวของคลื่น

อย่างไรก็ตามการใช้เครื่องไฟฟ้ารักษาก็เหมือนกับการลบล้างผลกรรมของคลื่นที่มารบกวนของแสงที่มีการส่องลงมาจากคามิ ถ้าผลกรรมน้อยก็จะถูกกำจัดให้หายไปได้ ถ้าผลกรรมมากก็จะกำจัดให้หายไปโดยความยากลำบาก ซึ่งก็แล้วแต่ผลกรรมของแต่ละบุคคล ขณะเดียวกันการรักษาโดยใช้คลื่น ไฟฟ้าของแพทย์ก็เช่นกันถ้าโรคนั้นเป็นหนักก็จะไม่สามารถรักษาให้หายขาดได้ เพราะขนาดและคลื่นที่รักษาไม่สมดุลกันนั่นเอง

ก่อนที่จะทำการรักษาก็ต้องรู้จักวิธีการรักษา มันเป็นเรื่องสำคัญมาก จะได้รักษาได้ถูกวิธีเนื่องจากเรื่องที่ผิดปกติเหล่านั้นในการเริ่มว่าจะทำอย่างไร

อะไรคือแรงกระตุ้นของจิตใจของเขาเหล่านั้น อันไหนที่จะต้องทำและทำการกำจัดคลื่นที่ไม่ดีออกไปจากใจของเขาเหล่านั้นและทำให้เป็นที่ยอมรับ และบางอย่างจะเกิดขึ้นง่ายและก็คลี่คลายง่ายด้วยการระงับ หยุดยั้งจากการเจ็บปวดทำให้การทรมานจิตใจได้คลายลงไปได้ ในการรักษาก็ขึ้นอยู่กับความผิดปกติของโรค เช่นการผิดปกติของสมอง ความผิดปกติของด้านจิตใจ แพทย์ก็จะทำการรักษาไปตามโรคนั้น ๆ รักษาไปตามขบวนการและวิธีการรักษาไม่ได้ทำการกำจัดผลกรรมแต่อย่างใด

ในทางการรักษาของวงการแพทย์นั้นจะทำการรักษาเฉพาะตามหลักการของแพทย์ รักษาตามลักษณะของการเจ็บไข้เท่านั้นว่าโรคนั้นเกิดขึ้นจากอะไร และก็จะทำการรักษา แต่ต่อไปนี้สิ่งที่ต้องทำการวิจัย ค้นคว้าเพื่อรักษา และเรียนรู้เพิ่มเติมของวงการแพทย์คือการวิจัยเกี่ยวกับผลกรรม จิตวิญญาณของผู้ป่วยด้วย เพราะเป็นเรื่องจำเป็นต้องวิจัยทั้ง 3 อย่าง คือ เรื่องร่างกาย จิตใจและผลกรรมจิตวิญญาณของมนุษย์ด้วย ข้าพเจ้าคิดว่าพวกเราอาจจะไม่เชื่อก็ได้ คิด

ว่าเป็นเรื่องที่เชื่อถือไม่ได้เป็นความเชื่อเรื่องผีสางเทวดาไสยศาสตร์เป็นความเชื่อที่งมงายและทำการรักษาและฝึกอย่างการเป็นไปทีละเล็กทีละน้อย และเขาก็อาจจะควบคุมได้ ทำการระงับโรคได้ ข้าพเจ้ารู้สึกว่า การวิจัยศึกษาของแพทย์หรือผู้เชี่ยวชาญเพื่อประเทศชาตินั้นไม่ใช่มีหน้าที่เฉพาะเพื่อประเทศชาติเท่านั้นแต่เพื่อรักษาโรคก็เป็นเรื่องสำคัญพอ ๆ กันเลยทีเดียว

คำถาม 17 *การเปลี่ยนชื่อ สกุล และที่อยู่อาศัยนั้น โชคชะตาจะมีการเปลี่ยนตามไหม*

ตอบ จะมีการเปลี่ยนแปลงเฉพาะชื่อสกุลเท่านั้น โชคชะตาไม่สามารถเปลี่ยนเราได้นามสกุลก็จะมีประวัติมาจากบรรพบุรุษส่วนชื่อก็ตามชีวิตส่วนตัวของผู้นั้นก็จะสามารถทราบความเป็นไปและเดาเกี่ยวกับลักษณะนิสัยได้ แต่ถึงอย่างไรถ้าทราบเฉพาะชื่อของคน ๆ นั้นก็จะไม่สามารถทราบชะตาชีวิตและพรหมลิขิตของคนนั้นได้ถ้าไม่ทราบนามสกุล ก่อนที่คน ๆ นั้นจะเกิดมาจะไม่มีชื่อแต่จะมีเงื่อนไขมีลักษณะบ่งบอกว่าจะให้ตั้งชื่อเป็นอะไร ชื่อไม่ได้มาจากพรหมลิขิตของคน ๆ นั้น แต่มันเกิดจากผลกรรมของคนนั้น จากหลาย ๆ ชาติก่อนนั่นเอง และในทางการพูดอีกอย่างคือจะสามารถบอกว่าคนนั้นคิดและทำอะไรในอดีตที่ผ่านมา

ด้วยเหตุนี้เองจึงสามารถเดาได้ว่าชะตาชีวิตในชีวิตนี้ของคนนั้น การแต่งกายมีแนวโน้มว่าจะเป็นอย่างไร มีนิสัยอย่างไร ซึ่งก็เพียงศึกษาจากชื่อเท่านั้นแต่มันก็เป็นการเดาเท่านั้น และพวกเราไม่สามารถจะสรุปได้จากผู้เดาว่าความเป็นจริงเป็นอย่างไร

แต่การเดาจากการแต่งกายจากชื่อและนามสกุลและที่อยู่อาศัยนั้นไม่กำหนดตายตัว บางครั้งเราก็เดาถูกและหลาย ๆ ครั้งที่ไม่สามารถจะคาดเดาได้ในการทำนายล่วงหน้าและชื่อยังมีการบอกเกี่ยวกับวัน เดือน ปีเกิดอีกด้วยเพราะมันผิดพลาดมากเลยถ้ามีคนบอกเฉพาะชื่อเท่านั้นไม่บอกวัน เดือน ปีเกิดมีการอ้างอิงถึงวัน เดือน ปีเกิดด้วยพวกเขาก็ได้แต่มีการอ้างอิงถึงแต่วัน เดือน ปี

เกิดและชื่อแต่ถ้ามีผลกรรมมากก็จะได้ทำให้ชีวิตไม่ดีขึ้น ถ้าไม่ได้มีการกำจัดผลกรรมออกไป ถึงแม้ว่าจะมีการเปลี่ยนแปลงชื่อ สกุลและที่อยู่แล้วก็ตาม

จากการเดาที่ทำให้คนไม่สบอารมณ์จากชื่อ หรืออะไรก็แล้วแต่ เช่น ชื่อนี้ไม่เหมาะกับคนนั้นนะ นามสกุลนี้ไม่ดีกับคนนั้น นั่นเป็นสิ่งที่ไม่ดีเลย

มีอีกหลายกรณี เช่น การบอกว่าชื่อนั้นไม่สามารถแต่งงานได้ ชื่อนี้อีกกี่ปี อีกกี่เดือนจะล้มป่วยหนัก หรืออาจจะทำให้ชีวิตสิ้นไป ซึ่งเป็นการทำให้ผู้นั้นมีความวิตกกังวล ไม่สามารถจะมีพลังใจในการดำเนินชีวิตได้ และนั่นก็จะเป็นตัวแปลทำให้ชะตาชีวิตของเราเปลี่ยนไปด้วยและที่มากกว่านั้นคืออย่างน้อยการบอกของผู้คาดเดานั้นก็อาจจะมีข้อยกเว้นบ้าง เช่น การตั้งชื่อให้เด็กทารกแรกเกิดว่า ถ้าตั้งชื่อนั้นจะทำให้มีชีวิตที่ดีก็เป็นการดี

ก่อนอื่นขอให้คิดว่าถึงแม้ว่าจะไม่เปลี่ยนแปลงชื่อหรืออะไรก็แล้วแต่ว่ามีการกระทำแต่ความดี มีจิตใจที่ดีก็จะสามารถทำให้ชะตาชีวิตดีขึ้นได้ทำให้สามารถทำให้ความอ่อนแอกลายเป็นความเข้มแข็งได้

เหมือนกับชื่อของข้าพเจ้าซึ่งเป็นผู้เขียนหนังสือเล่มนี้ ข้าพเจ้าชื่อ มาซาฮิซะ โกะอิ ซึ่งมีผู้คนเคยบอกว่าความหมายนั้นไม่ดีเลย ไม่ดีอย่างไร ซึ่งดูจากชื่ออย่างเดียวก็ถูกกำหนดถูกตัดสินมาว่าเป็นคนตำแหน่งเล็ก ๆ ทำอะไรก็จะไม่สมหวัง แต่พอโตแล้วทำอะไรก็จะไม่สำเร็จเลย ถูกบอกมาว่าเป็นอย่างนี้ ถ้าคิดในทางบวกเกี่ยวกับสิ่งนี้ ข้าพเจ้ามีสิ่งที่จะปฏิบัติกับครอบครัวเล็กน้อย และกับพี่ชาย น้องชาย พี่สาวน้องสาว และจะอยู่คนเดียวอย่างโดดเดี่ยวตลอด และจนกว่าชะตาชีวิตของข้าพเจ้าจะเปลี่ยนแปลงไป ในทางกลับกันที่เคยถูกชะตาชีวิตของข้าพเจ้ามีส่วนเกี่ยวข้องกับเขาเหล่านั้นนั่นเอง

ซึ่งมันแปลกมากว่าถูกทำนายจากชื่อว่าไม่ดีเลยแต่ผลที่ได้เป็นไปในทางกลับกันมันเกิดอะไรขึ้น ข้าพเจ้ามีส่วนเกี่ยวกับผลกรรมหรือผลกรรมเกิดจากชื่อไม่อย่างใดก็อย่างหนึ่ง ซึ่งถ้าถึงแม้ว่าชื่อจะไม่ดีแต่ถ้าคน ๆ นั้นเปลี่ยนชะตาชีวิตได้โดยเปลี่ยนใจให้ดีขึ้นทำใจให้สว่าง

คามิกับมนุษย์

ในหลาย ๆ กรณีที่มีการเปลี่ยนตัวของเขาเหล่านั้นเอง โดยจากการสอน
และโดยจากการอาศัยองค์ประกอบหลาย ๆ อย่าง ที่จะช่วยนำพาให้พวกเขาได้
พบกับหนทางสว่างได้ ช่วยให้เขาได้พบกับความสำเร็จจะทำให้พวกเขาได้ดับ
ทุกข์และคลายทุกข์ลงไปได้ ข้าพเจ้าอยากจะบอกและแนะนำให้ท่านทั้งหลาย
ว่าขอให้กระทำการทั้งหลายโดยยึดคามิเป็นหลัก คามิมีทางออกให้แก่ท่าน จะ
เป็นหนทางนำพาท่านไปพบกับสิ่งที่ดีที่สุด คามิจะเป็นผู้กำหนดชะตาชีวิตท่าน
มันไม่ดีเลยที่จะดูจากอย่างอื่นที่จะทำให้ท่านเกิดความหวาดผวา คามิจะนำพา
ท่านทั้งหลายไปพบหนทางแห่งแสงสว่างด้วยความกล้าหาญ

ต่อไปก็เป็นการกล่าวถึงว่าจะไปในหนทางใดดี ถึงการเรียนรู้และการ
ทำนายหรือในแง่ของการทำนายโชคชะตาเป็นพื้นฐานของการทำการวิจัย มัน
เป็นการเชื่อถือได้เพราะว่ามีหลักฐาน โดยทางวิชาการ ซึ่งไม่สามารถปฏิบัติได้
แต่ถ้ามีการเชื่อถือนั่นคือคุณสามารถที่จะพัฒนาโชคชะตาหรือพรมลิขิตโดย
การหลีกเลี่ยงโดยทางตรง แต่ถึงอย่างไรก็ตามก็แล้วแต่ความเชื่อถ้าเป็นความ
เชื่อถือส่วนตัวก็มีคิดว่าไม่ค่อยดี ก็จะทำให้เกิดการขาดความมั่นใจในตนเอง ก็
จะทำให้เกิดปัญหาเพราะไม่มีหลักฐาน

ข้าพเจ้าไม่คิดว่ามันเป็นเหมือนการได้มาซึ่งผู้คนมีความสำเร็จที่ดีที่ได้
จากการทำงานโดยการเช็คความเคลื่อนไหวต่าง ๆ ด้วยการเรียนรู้ของลักษณะ
ท่าทางในแง่ของการทำนายโชคชะตา เวลาที่ท่านได้ใช้ความพยายามกระทำ
การสิ่งใดก็ตามและใส่ใจไปข้างหน้าโดยนับจากจุดเริ่มต้นเป็นต้นเป็นต้นไปทำ
สิ่งที่ดีที่สุด สร้างพื้นฐานของความเชื่อใส่เข้าไปในตัวท่าน หมายถึงคามิได้ให้
สิ่งที่ดี ๆ แก่ท่านคามิก็จะนำพาท่านไปในทางที่ดีอย่างธรรมชาติ

ถ้าท่านไม่เชื่อมันในตนเอง ว่าท่านสามารถกระทำการใด ๆ ได้ในแต่ละ
วัน ก็ให้ขอร้องสิ่งเหล่านั้นให้คามิคุ้มครองท่านก็เหมือนกับท่านได้กระทำสิ่ง
นั้นแล้ว ท่านก็จะมีความเชื่อมั่นในสิ่งนั้นอย่างเป็นธรรมชาติ จนกว่าท่านจะมี
ความเชื่อมั่นในตนเองว่าคามิจะช่วยท่านได้ ถ้าท่านได้ลงมือทำสิ่งนั้นคามิก็จะ

อยู่กับท่านตลอดไป ถ้าท่านไม่มีความเชื่อในสิ่งเหล่านั้นท่านก็จะไม่สามารถที่
จะบรรลุผลสำเร็จได้เช่นกัน

คำถาม 18 *ในแต่ละวันพวกเราจะทำอะไรให้เป็นเรื่องที่สำคัญที่สุดดี*

ตอบ ก่อนอื่นท่านทั้งหลายจะต้องเข้าใจว่าท่านไม่ได้มีชีวิตเพื่อตนเองไม่ได้อยู่
เพื่อตนเองได้อยู่คนเดียว ไม่ได้อยู่เฉพาะกับครอบครัวเท่านั้น ขอให้เข้าใจว่า
ท่านทั้งหลายได้อยู่กับสังคมด้วย มนุษย์ทั้งหลายส่วนใหญ่ จะทำเพื่อตนเองเพื่อ
ครอบครัว แต่จริง ๆ แล้ว ตนเองต้องมีสังคมด้วย เวลามนุษย์ทำอะไรก็ตามก็จะ
ทำเพื่อให้ครอบครัวตนเองมีความสุขแต่จริง ๆ แล้วตนเองต้องมีสังคมด้วย มัน
ก็จะทำให้เกิดการขัดแย้ง เกิดการปะทะกันได้จากฝ่ายข้างเคียง เช่น คนข้างเคียง
ประเทศข้างเคียง ชาวโลกหรือสังคมได้ ก็จะทำให้กลายเป็นการไม่มีสังคม

นี่คือทำไมมนุษย์จึงต้องสร้างความสุขให้แก่กัน ต้องมอบความสุขให้แก่
คนทั้งโลกและก็ไม่ทำให้ตนเองเดือดร้อนด้วย

ทำเพื่อทุก ๆ คน ทั้งหมดมันสำคัญมาก มอบสิ่งที่ดี ๆ ให้แก่กันเติมเต็ม
ให้แก่กันมันเป็นเหมือนความจริงที่เกี่ยวกับการทำเพื่อชาติ

ถ้าทุกคนตระหนักสิ่งนี้ ทำทุกอย่างเพื่อสังคมทุกสิ่งก็จะดีขึ้น
ประเทศชาติก็จะดีขึ้นและโลกก็จะดีขึ้นด้วยเช่นกันโดยปราศจากสิ่งที่ยากเย็น
แสนเข็น โดยสิ้นเชิง เป็นหนทางนำพวกเขาไปสู่การมีชีวิตด้วยคือ ความรัก
ความรักเท่านั้น

คำถาม 19 *พระเยซูคริสต์ได้ตรัสไว้ว่าเวลาที่ชายหนุ่มมองหญิงสาวจะมี
ความรู้สึกเกี่ยวกับด้านการมีเซ็กส์ทำให้เกิดปัญหาการชู้สาวเกิดการผิดลูกผิด
เมียขึ้นมา ตรัสว่าสิ่งนี้จะทำไม่ได้จะมอง ไม่ได้ห้ามมองเพราะทำให้เกิดการผิด
ศีลธรรม ถ้าเกิดการผิดลูกผิดเมียถ้าสิ่งนี้เป็นความจริง มัน ไม่มีผู้ชายคนไหนเลย
ที่จะไม่เคยมีเรื่องแบบนี้ ข้าพเจ้าอยากทราบเกี่ยวกับเรื่องนี้และขอความคิดเห็น
ขอคำอธิบาย ?*

ตอบ ตอนที่ข้าพเจ้าอายุประมาณ 20 ข้าพเจ้ารู้สึกว่ากลุ้มใจมากเกี่ยวกับเรื่องนี้ เป็นความคิดที่ผิดมากเป็นการส่งเสริมทำให้ความคิดบางสิ่งในจิตใจท่านเกิดการเจ็บปวดเป็นทุกข์และก็เลยแสดงความรู้สึกออกมาเป็นคำพูด

ข้าพเจ้าไม่ได้มีความคิดแบบท่านยูเซคริสต์เลยเรื่องนั้นเป็นธรรมชาติของมนุษย์ข้าพเจ้าไม่ได้เข้มงวดขนาดนั้นไม่ได้ห้ามอะไรเลยและการทำสิ่งนี้เป็นเหมือนยาที่มีให้แก่ผู้นั้น แต่ต้องเป็นความซื่อสัตย์ของคนนั้นด้วย คือคนนั้นต้องมีความซื่อสัตย์อย่างมากถ้าคุณได้ยินแค่คำนี้เท่านั้นละก็ และก็รู้ไม่เยอะพอเกี่ยวกับพระเยซูคริสต์นั่นคือเป็นการคิดว่าพระเยซูคริสต์นั้นไม่ใช่มนุษย์

แต่ถึงอย่างไรก็ตามคุณต้องตระหนักว่านั่นเป็นความหละหลวมความประมาทและการถือโอกาสในความสัมพันธ์นั้นเกิดขึ้นระหว่างชายหญิงนั่นคือพระเยซูคริสต์ไม่ได้ใช้คำรุนแรงมันจะส่งผลให้ไม่มีผลสะท้อนอะไรกลับมาพวกเราต้องตระหนักให้ดีว่าความแตกต่างของเวลาในสมัยก่อนกับสมัยนี้ไม่เหมือนกัน

ข้าพเจ้าจะอธิบายเกี่ยวกับการมีความคิดที่ผิด มันเป็นการคิดแต่ช่วงเวลาหนึ่งในอดีตและก็จะหายไปในที่สุด ถ้ามีเรื่องเกี่ยวกับการมีเซ็กส์เกิดขึ้นจะต้องคิดให้หนักและพยายามที่จะหยุดคิดเรื่องนั้นให้ได้ซึ่งความคิดนั้นเป็นความคิดที่ผิด ปริมาณที่จะเพิ่มขึ้นตามมาขอให้ยุติและคิดเรื่องอื่นดีกว่า

แต่ว่าการคิดเรื่องอื่นดีกว่านั้นมันก็เป็นเรื่องยากอีกเช่นกันจะทำอย่างไรดีในความคิดนั้นจะทำให้สับสนและทำให้ยุติเองในที่สุด

ซึ่งในความคิดที่ว่าจะทำอย่างไรให้ยุตินั้นจะใช้เวลาเยอะมากและยากเวลาที่ท่านมีความคิดนี้อยู่ในใจและก็จะกลายเป็นแต่เรื่องผิวเผินและถ้าเรื่องนั้นเป็นเรื่องแค่ตื้น ๆ ในการตระหนัก ผู้ชายโดยทั่วไปเคยมีประสบการณ์เคยคิดและไม่คิดแบบเปราะบางนั้นพวกเขาสามารถที่จะหยุดยั้งสิ่งเหล่านี้ได้

เวลาที่ผู้ชายมีความเจ้าชู้ นั่นไม่ใช่เรื่องที่ไม่ดี ไม่ใช่เรื่องที่เลวอะไรเลยไม่ใช่เรื่องที่ผิด การมีเซ็กส์ของผู้ชายไม่สามารถต่อต้านได้ไม่สามารถที่จะหัก

โกะอิ มาซะฮิสะ

ห้ามได้ในธรรมชาติของผู้ชายและเป็นสิ่งที่อยู่นอกเหนือสิ่งที่ดีและสิ่งเลวของ
สังคมมนุษย์

ถ้าผู้หญิงเห็นผู้ชายทำแบบนั้นและไปกล่าวโทษว่านั้นเป็นเรื่องไม่ได้
และก็จะทำให้รับกับสิ่งนี้ไม่ได้และไม่สามารถอดกลั้นใจไว้ได้

ถ้าเรื่องแบบนี้เป็นสิ่งทำให้ต้องคิดมากหรือในคำพูดอื่น และพูดอีกอย่าง
หนึ่งคือเป็นเรื่องที่รบกวนจิตใจหรือเป็นอันตรธานต่อจิตใจก็จะทำให้เกิดมี
ความผิดปกติทางจิตใจต่อคุณและเป็นหนทางให้ท่านได้ข้อสรุปว่าท่านจะแก้
ไขมันได้อย่างไรหรือไม่แก้ไขซึ่งเป็นผลต่ออนาคตของท่านได้

ซึ่งในทุกสิ่งทุกอย่างข้าพเจ้าขอเสนอแนะว่าควรจะเริ่มจากการยอมรับ
ในใจของท่านให้ได้และคิดตลอดเวลาและการกระทำทั้งหมดมันเป็นการ
ปรากฏเป็นการเดินทางมาของผลกรรมเก่าและนั่นก็จะเริ่มเข้าสู่การสูญเสียไป
และเริ่มหายไปในที่สุด ซึ่งในเวลานั้นท่านกรุณาอดกลั้นและบังคับจิตใจ ข่ม
ความรู้สึกให้ได้จากข้างในความคิดว่ามันเจ็บปวดเพียงใด ซึ่งนั่นแสดงว่าท่านก็
จะสามารถนำพาตัวท่านเข้าสู่ คามิได้ x

มันจะดีที่สุดเลยที่มนุษย์สามารถปฏิบัติได้และเข้าใจว่าลักษณะพิเศษ
ส่วนพิเศษของผู้ชายเป็นแบบใด อาศัยอยู่บนพื้นฐานของความภูมิฐาน
เกียรติยศและความเชื่อมั่นความไว้วางใจโดยปราศจากความหงุดหงิด
ปราศจากความอารมณ์เสียหรือความขี้ขลาดขาดความมั่นใจในตัวเอง ถ้ามนุษย์
ทุกคนที่มีจิตใจที่จะไปเตือนว่าสิ่งนี้ดีในเพื่อนร่วมโลกว่าการแสดงพฤติกรรม
แบบนั้นแบบนี้ไม่ดี โดยปราศจากสิ่งที่จะทำให้เกิดผลดีก็จะไม่สามารถให้การ
งานนั้นสำเร็จไปได้

คามิกับมนุษย์

คำถาม 20 *ท่านอาจารย์คะ ทำไมการถามเพียงชื่อเท่านั้น ทำไมถึงสามารถ
ทราบได้ทันทีว่าคนนั้นเป็นคนอย่างไร มีนิสัยอย่างไร และทำไมถึงทราบได้ว่า
คนนั้นจะมีชีวิตอยู่หรือตาย*

ตอบ มันเป็นอะไรที่อธิบายได้ยากมากเลยและเป็นสิ่งที่ไม่สามารถมองเห็น แต่
ก่อนอื่นจะลองตอบนิดหน่อย

    สำหรับข้าพเจ้าการถามชื่อนั้นไม่ใช่สิ่งที่สำคัญ ซึ่งเมื่อมีผู้มาสอบถามหา
ข้อมูลของคนนั้นคนนี้จากข้าพเจ้า เพียงบอกชื่อของคนอีกคนหนึ่งให้แก่
ข้าพเจ้า ข้าพเจ้าก็จะทราบได้อย่างทันทีทันใดเลยว่าเป็นเช่นใดว่าจิตใจคนที่ถูก
กล่าวถึงเป็นคนเช่นใด

    จะอธิบายเพิ่มเติมและขยายความออกไปอีกว่าในโลกนี้มีส่วนประกอบ
สำคัญและครบครัน โดยมีคลื่นของแสงและคลื่นของความคิดอยู่โดยรอบ ๆ
ทุกคนแต่ละคนจะมีลักษณะเฉพาะบุคคล ยกตัวอย่างเช่น คนที่ชื่อ เอ ทุกคน
เรียกว่า เอ และก็จะมีชีวิตโดยมีคลื่นและจิตใต้สำนึกและก็จะส่งต่อโดยมีการ
ถ่ายทอดส่งคลื่นมาจากชาติก่อน ๆ ซึ่งคุณ เอ เกิดมาก็จะมีการปฏิสัมพันธ์กับ
คนทั้งหลายมีการปฏิบัติต่อกันและกันและสิ่งของ นั่นเป็นหนทางหนึ่งที่เกิดขึ้น
ไม่อย่างใดก็อย่างหนึ่งโดยตรงหรือโดยอ้อมจากในอดีต

    ลักษณะเฉพาะของแต่ละคนของมนุษย์มีลักษณะเฉพาะพิเศษมีเชื้อชาติที่
แตกต่างกันผิวพรรณต่างกันและมาอยู่รวมกัน ภายในบริเวณที่กว้างขวาง
ภายในขอบเขตและพื้นที่จำกัด และเพื่อมีคู่แต่งงานที่เหมาะสมมีเหตุผลและทำ
ให้เกิดผลส่งมาในตัวของมนุษย์ผู้นั้น

    คลื่นความคิดหรือเรียกว่าจิตใต้สำนึกและเวลาพวกเราพูดเกี่ยวกับ
ลักษณะเฉพาะตัวก็จะเรียกว่า โลกของจิตใต้สำนึก ลักษณะเฉพาะตัวของแต่ละ
บุคคล คลื่นของความคิดและคลื่นของการแสดงเกี่ยวกับพฤติกรรมการ
ประพฤติตัวก็จะทำให้เห็น แสดงให้ทราบว่าคนนั้น มีจิตใต้สำนึกมีความคิด
อย่างไร

    ซึ่งคลื่นเหล่านั้นสำหรับข้าพเจ้าเพียงบอกชื่อก็จะทราบได้ทันทีเลยและ
มองเห็นและถ่ายทอดได้เลยว่าเป็นเช่นไร

เหตุผลทำไมข้าพเจ้าสามารถตอบได้ทันทีทันใดว่าเป็นเช่นใด นั่นเป็นเพราะว่าข้าพเจ้า ได้ทำใจให้ว่างเปล่าข้าพเจ้าสามารถทำใจให้ว่างเปล่าและความคิดก็ว่างเปล่า จิตใจของข้าพเจ้าก็จะว่างเปล่าด้วย บุคลิกลักษณะท่าทางและโชคชะตา พรหมลิขิต ของคุณ เอ ก็จะบอกได้ บรรยายได้เลยว่าในใจและจิตใต้สำนึกของคุณ เอ เป็นอย่างไรในความว่างเปล่านั้น เพราะว่าความว่างเปล่านี้เป็นเหมือนความกว้างใหญ่อย่างมหาศาลของจักรวาล แต่คุณเอ เป็นเหมือนคนที่อยู่ในโลกของสิ่งที่มีขนาดเล็ก ๆ มาก ๆ เป็นเหมือนส่วนย่อย ๆ ของโลกที่มีอยู่ภายในจักรวาล ขยายกว้างแผ่กว้างและเข้ามาอยู่ในใจของข้าพเจ้า ส่งมายังส่วนหนึ่งของจักรวาล ทุก ๆ อย่างจึงทำให้ข้าพเจ้าทราบได้ทันทีทันใด ซึ่งถ้ามีผู้สอบถามข้าพเจ้าและก็ไม่เคยเห็นได้เคยพบคนนั้นก็ตาม ก็จะสามารถทราบผลได้เหมือนกัน ทำให้ได้ผลลัพธ์ และทราบเหมือนกัน ถึงแม้ว่าจะพบคุณ เอ หรือไม่เคยพบคุณเอเลยก็ตาม ขอให้ข้าพเจ้าอธิบายมันมีลักษณะ มีหลักการ มีกฎอยู่ข้างหลัง ความจริงของการสอบถามและคุณเอก็ไม่เคยพบเลยเป็นเพียงการกล่าวถึงโลกมนุษย์เท่านั้น

ความจริงก็คือว่าเพียงการสอบถามข้าพเจ้าว่าคุณเอเป็นใครมาจากไหน ความเกี่ยวข้องอะไรระหว่างกันในอดีตชาติ แม้คุณจะไม่เกี่ยวข้องอะไรกันในชาติที่แล้ว ชื่อของผู้นั้นก็จะทำให้ท่านเข้าใจได้ไม่ยากเลย ซึ่งข้าพเจ้าสามารถตอบได้สามารถชี้บอกได้

ข้าพเจ้าได้ทราบเกี่ยวกับตัวคุณเอแล้ว แต่ข้าพเจ้าไม่บอกทุกอย่างเกี่ยวกับตัวของเขาทั้งหมด จะถ่ายทอดออกมาเฉพาะสิ่งที่เขาเหล่านั้นถามข้าพเจ้าอยากจะรู้เท่านั้น

ในกรณีของผู้ที่จะแต่งงาน ข้าพเจ้าจะตัดสินโดยการดูลักษณะท่าทางของทั้ง 2 ฝ่ายและในอดีตชาติว่าเคยเป็นอย่างไรแล้วนำมาวิเคราะห์และก็จะบอกได้ว่าสมควรตกลงแต่งงานกันได้หรือไม่ การเดาว่าชายหญิงที่เคยเป็นศัตรูกันไม่ต้อนรับขับสู้กันในหลาย ๆ ชาติ และเกิดมาเจอกันในชาตินี้แม้จะแต่งงานกันเพราะเกิดจากการมีใจให้กันและกัน ซึ่งนั่นคือครั้งหนึ่งเขาเคย

แต่งงานกัน มีความคิดและมีความรู้สึกที่สะสมพอกพูนมาในจิตใจของเขาซึ่งเป็นผลมาจากอดีตชาติ ก็จะเริ่มสั่งสมและปรากฏออกมาให้เห็นเป็นแบบธรรมชาติโดยการปรากฏขึ้นมาโดยการโคจรมาพบกันอีก และหลังจากนั้นชีวิตแต่งงานก็จะเริ่มมีการต่อสู้กันและมันจะเป็นสิ่งนำพาให้เกิดเรื่องเกี่ยวกับโศกนาฏกรรมทำให้ชีวิตเศร้าสลดอาจถึงปางตาย เวลาที่มีคู่สมรสแบบนี้มาปรึกษาข้าพเจ้า ถึงแม้ว่าคนรอบข้างจะบอกว่าคู่นี้เหมาะสมกันดีนะ แต่ข้าพเจ้ารู้แล้วว่าอะไรคืออะไรระหว่างคู่นี้ แน่นอนข้าพเจ้าจะไม่เห็นด้วยแน่นอน ข้าพเจ้าจะตอบอย่างเฉียบขาดและตรงไปตรงมาแต่กรณีนี้ก็ไม่ช่วยอะไร

ถ้าข้าพเจ้าจะทำให้เกิดการประนีประนอมกันของคู่สมรสที่แต่งงานกันแล้วและที่มีปัญหานั้นข้าพเจ้าไม่ทำเนื่องจากข้าพเจ้าทราบแล้วและก็ไม่น้อยเลยและในกรณีที่มีลูกด้วยกันก็ไม่เยอะเท่าไร สำหรับกรณีคู่ที่แต่งงานกันและพยายามที่จะดีกันให้ได้เมื่อมีปัญหาที่เกิดจากหลังแต่งงานแล้วในกรณีนี้มีเยอะมาก ซึ่งผลกรรมของทั้ง 2 ฝ่ายมันอยู่ลึกมาก มีรากที่หยั่งลึกซึ่งมันจะส่งผลให้ทั้ง 2 มีความเคารพซึ่งกันและกันอย่างเด็ดขาดไม่ในโลกนี้

ในศาสนิกชนที่เป็นผู้นำ ซึ่งไม่ทราบเรื่องนี้และผลักดันให้คู่ดังกล่าวพยายามฝืนใช้ชีวิตด้วยกันโดยเน้นให้มีความเคารพซึ่งกันและกันและเน้นให้ถึงความสำคัญของความซื่อสัตย์ ซึ่งมันก็จะยิ่งยากเข้าไปกันใหญ่เลยสำหรับการใช้เวลาแก้ไขสิ่งเหล่านั้น

และเกิดปฏิบัติกิริยาซึ่งเกิดแก่กันและกันมีผลสะท้อนและสุดท้ายพวกเขาก็จะเกิดการฆ่าฟันกันและทำให้เกิดการบาดเจ็บทำร้ายจิตใจซึ่งกันและกัน

หลังจากแต่งงานและมีความมั่นคง จะต้องมีความแข็งแกร่งของชีวิตคู่แต่ก็ต้องหย่าร้างกันก็มี

ถ้ามีคู่ที่มีความซื่อสัตย์ซึ่งกันและกัน เขาได้เจอคนที่ใช่จริง ๆ นั้น เป็นสิ่งที่ดีถ้าทีจำนวนมากนั้นก็ดีนะ ข้าพเจ้าเชื่อว่าคนที่มีความเชื่อเกี่ยวกับ คามิ และในทุก ๆ อย่างทุก ๆ กรณีแน่นอนที่สุดสิ่งที่สำคัญที่สุดก็คือคนนั้นควรจะ

ทำจิตใจให้สดใส สิ่งนั้นก็จะกระจายฉายแสงออกมาจากความคิดของผู้นั้น แน่นอน

ข้าพเจ้านะถึงแม้ว่าจะไม่ได้เจอคนนั้นเพียงแต่บอกชื่อเท่านั้น ข้าพเจ้าก็ ทราบแล้วและทราบว่าเขามีจิตใจที่ดีมาก มีความรักให้กับ คามิ และก็ส่งผลถึง ข้าพเจ้าได้รู้อย่างชัดเจน ส่งผลให้ความรู้สึกส่วนลึกของข้าพเจ้าดีตามผู้นั้นไป ด้วย

มีครั้งหนึ่งข้าพเจ้าเพียงแต่อ่านหนังสือพิมพ์ซึ่งมีข่าวของนักไวโอลินที่ เยาว์วัย ชื่อโจเซฟ ซิกเกติ ข้าพเจ้าเพียงเห็นรูปเขาในหนังสือพิมพ์เท่านั้นก็รู้สึก ประทับใจ ข้าพเจ้า รู้สึกว่าเขางดงามมาก ก็จะรู้สึกว่าเหมือนได้ฟังไวโอลินจาก หนังสือพิมพ์อะไรทำนองนี้

ความรักและความเป็นศิลปินที่ดีงามก็จะมีความสวยงามเท่ากัน ข้าพเจ้า ไม่ได้ดูคนที่เฉพาะรูปร่างอย่างเดียว แต่ข้าพเจ้าได้ดูคนถึงจิตใต้สำนึกดูถึงจิต วิญญาณของเขาด้วย นี่คือทำไมที่พำนักที่แท้จริงของข้าพเจ้าไม่ได้อยู่ในโลกนี้ ซึ่งเป็นโลกของรูปร่าง

ต่อไปก็จะเป็นหนทางที่ว่า ข้าพเจ้าสามารถบอกได้ว่าคน ๆ นั้นจะมีชีวิต อยู่ต่อหรือไม่หรือจะเสียชีวิตจากเหตุอันใดอันหนึ่งหรือไม่ใช่จากแสงสวางที่ ส่องตรงลงมาจากคามิและตรงลงมาหายังตัวเขา

ในกรณีที่แสงสว่างที่ส่องตรงลงมาจากคามิโดยผ่านโลกของจิตวิญญาณ และตรงลงมายังร่างกายของมนุษย์ถ้าแสงนั้นได้หมดพลังลงในช่วงขณะอยู่ โลกจิตวิญญาณก็จะทำให้มนุษย์ผู้นั้นเสียชีวิต และถ้าถึงแม้ว่าแสงจะลงมายัง ร่างกายแล้วแต่อ่อนแรงอาจจะมีชีวิตอยู่และอาจทำให้ทรุดลงหมดสติลงได้และ อ่อนแรงและตายในที่สุดได้

อุปมาอุปไมยถ้าหากเราจะบรรยายถึงความสัมพันธ์ระหว่างโลกของจิต วิญญาณกับร่างกายและอุปมาเหมือนกับการส่งทีวีให้เราได้ใช้และดูได้ดีนั้น เป็นอย่างไร ก็ให้เรานึกเอาว่าเป็นการกระจายเสียงจากสถานีโทรทัศน์ การ แสดงต่าง ๆ ก็จะออกมาให้เห็นซึ่งตั้งแต่เราเปิดทีวี และการถ่ายทอดก็จะปรากฏ

ออกมาเหมือนกับสถานีโทรทัศน์(ช่องส่งแสงถ่ายทอดจากคามิ สายกำลังส่งก็เป็นเหมือนคลื่นแสง จอทีวีเป็นร่างกายของมนุษย์ถ้าเราไม่ กดสวิตช์การทำงานของทีวีก็จะไม่มีการส่งคลื่นผ่านมายังจอโทรทัศน์อีกครั้ง มนุษย์ที่มีร่างกายก็คือจอภาพทีวี เพื่อแสดงให้เราเห็นภาพที่ถ่ายทอดออกมาโลกของจิตวิญญาณก็คือสายทีวี ที่ทำการกระจายเสียงการออกข่าวทั้งหลาย ส่วนที่เป็นสถานีโทรทัศน์ก็คือส่วนที่เหมือนกับคลื่นของแสงจากคามินั่นเอง

การดำรงชีวิตอยู่ของมนุษย์ ถ้าถึงแม้ว่ามีการเสียชีวิตไปแล้วคือร่างกายไม่อยู่แล้วแต่คลื่นของแสงจาก คามิและวิญญาณก็ยังอยู่เปรียบเหมือนทีวีถึงแม้ว่าไม่ได้เสียบปลั๊กเข้าเครื่องทีวีก็ตาม แต่สถานีโทรทัศน์ก็ยังมีการส่งมีการกระจายเสียงมีการถ่ายทอดอยู่เช่นนั้น

ข้าพเจ้ามีจุดยืนของข้าพเจ้าคือข้าพเจ้าสามารถมองเห็นกิจกรรมต่าง ๆ ของผู้คน ทั้งหลายจากการแสดงภาพ 3 มิตินี้ โลกของการแสดงจิตวิญญาณจากคามิคือสถานีกระเสียง โลกของจิตวิญญาณคือกำลังส่ง โลกของร่างกายมนุษย์คือตัวเครื่องโทรทัศน์

คำถาม 21 *มีเกี่ยวกับนักจิตวิทยา (หมอดู) ซึ่งถูกถามเกี่ยวกับการลักขโมยหรือสิ่งของที่สูญหายตอบกลับมาว่าถูกขโมยจากคน ๆ หนึ่งอายุประมาณเท่าไรมีโฉมหน้า มีลักษณะพิเศษ จุดเด่นอย่างไรและอื่น ๆ นี่เป็นเรื่องจริงไหม*

<u>ตอบ</u> ก่อนที่จะพูดว่ามันเป็นการดูที่แม่นยำถูกต้องหรือไม่นั้น ความรู้สึกของข้าพเจ้าจะบอกว่ามันไม่ใช่เป็นคามิที่จะไปบอกว่าอย่างนั้นและทำให้มีความขุ่นใจและกลายเป็นอาชญากร นี่คือประเภทตัวอย่างของความเข้าใจหมอดู (นักจิตวิทยา) มีความสามารถของจิตวิญญาณจะส่งตรงมาจากคามิ ถ้าคลื่นของแสงนั้นช่วงที่ส่งผ่านมา ตรงลงมายังมนุษย์นั้นแต่ไม่ถึงตัวผู้นั้นกลับกลายเป็นคลื่นของจิตวิญญาณที่ส่งลงมาแทนนั้นก็ทำให้ผู้นั้นคบหากันโดยสุจริตไม่ ซึ่งเพราะมาจากโลกของจิตวิญญาณนั้นเอง และเขาจะพัฒนาเองหรือไม่นั้นก็ขึ้นกับเขาอาจมีการเตือนและได้รับฟังมาจากคนรอบข้าง

ถ้ามีคนมาช่วยเขาให้หลุดพ้นจากการทำมาหากินโดยไม่สุจริตให้สุจริต นั่นคือเขาได้รับแสงจากคามิ ได้รับการสนับสนุน ก็จะกลายเป็นคนดีในสังคมได้ ผู้เป็นพระอาจารย์ในศาสนิกชนก็จะทำการอบรมบ่มนิสัยเขาให้เป็นคนดี ถ้าหมอดูเดาหรืออาจจะส่งผลให้พวกเขาได้รับความเจ็บปวดและส่งผลให้คนอื่นเจ็บปวดด้วยก็ได้ มันหมายถึงว่าทั้งหมดทั้งปวงที่มองจากคามิ

ข้าพเจ้าอยากจะชื่นชมยินดีกับความหมายของสิ่งนี้ก่อนที่ข้าพเจ้าจะไปตอบคำถามของท่าน เวลาที่หมอดูจะตอบผู้ที่พูดทำให้ขุ่นใจ ผู้ถูกล่วงละเมิดว่าคน ๆ นั้นเป็นอย่างไร อายุเท่าไร และมีลักษณะรูปร่างใบหน้าเป็นเช่นไรนั้น บางครั้งมันก็ถูกต้องแม่นยำ และอีกทางหนึ่งมันก็เป็น ไปในหลาย ๆ กรณีเช่นกัน เวลาที่หมอดูเช็คจากจิตใต้สำนึก (โลกของจิตวิญญาณ) ของผู้ถูกถามหาผู้ถูกสอบถาม และชื่อก็จะทำให้รู้ได้และก็จะแสดงถึงบุคคลนั้นได้ว่าใครคือผู้ต้องหาตัวจริงกันแน่

ปัญหานี้คือหมอดูมักจะเชื่อว่าคำตอบของเขาคือข้อความจากคามิแต่ว่าเขาไม่เข้าใจ ไม่ตระหนัก ไม่ทำให้เป็นจริง ซึ่งพวกเขากำลังระบุชื่อและผู้ที่ถูกล่วงละเมิดก็จะมีความระแวงมีความสงสัย

บุคคลซึ่งได้ต่อพลังจิต มีอิทธิพลทางจิตสามารถสื่อทางพลังจิตหรือหมอดู เมื่อทราบเกี่ยวกับบุคคลที่กำลังอ้างถึงว่ามันเป็นอย่างไรแล้วและถ้าพูดออกไปว่าคนนั้นไม่ดีอย่างนั้นอย่างนี้ถือว่ามีระดับความเป็นคนที่ต่ำ เพราะว่าคนเหล่านี้เราจะไม่สามารถแยกออกได้เลยว่าจริง ๆ มาจากคามิหรือมาจากภูตผีปีศาจกันแน่หรือจิตวิญญาณกันแน่นี่คือทำไมจึงเป็นแบบนี้จึงอยากให้ท่านอย่าได้หลงเชื่อคำพูดที่คนเหล่านี้กล่าวอ้าง ขอให้เชื่อใจตนเอง ซึ่งของที่หายไปนั้นถ้าอธิฐานขอความรักจากคามิขอคำอ้อนวอนจากคามิถ้าของของนั้นกลับมาก็จะกลับมา ถ้าไม่กลับมาก็คือไม่ได้ก็เท่านั้นเอง ไม่ต้องไปดูหมอดูว่าใครเอาไป คนนั้นเป็นอย่างไร หน้าตาเป็นอย่างไร

คนที่มีจิตใจที่ว้าวุ่น ไม่สามารถทำใจให้สงบได้นั้นจะแย่กว่าของที่หายเสียอีก ซึ่งของนั้นถ้าเป็นของที่จำเป็นสำหรับผู้นั้นของนั้นก็จะกลับมาสำหรับ

ส่วนตัวของข้าพเจ้าแล้วนั้น ถ้าของที่หายไปก็ปล่อยให้หายเพราะถ้าเราอธิฐานขอให้กลับมาของนั้นก็จะได้คืนถ้าไม่สามารถเอากลับคืนมาได้ ข้าพเจ้าจะไม่ไปกล่าวว่า คนผู้นี้คืนคนขโมยไปหรือกล่าวว่าร้ายผู้ใดทั้งสิ้นซึ่งเป็นสิ่งที่ไม่ดี

ถึงแม้ว่าท่านจะไม่ทราบว่าทำไมของนั้นถึงหายไป ทำไมสิ่งของถึงหายไปจากคุณ แน่นอนมันต้องมาจากผลกรรม ถ้าท่านได้ขอโทษต่อคามิและขอให้พระองค์อโหสิกรรมแห่งผลกรรมเหล่านั้นที่ท่านได้กระทำขอให้ยุติ สิ่งของเหล่านั้นก็จะกลับมาเป็นของท่านเหมือนเดิม

เป็นสิ่งที่สำคัญมากสำหรับมนุษย์ทุกท่านที่จะต้องระลึกเสมอว่าผลกรรมทั้งหมดที่ได้กระทำมานั้นสามารถชำระได้โดยการตั้งจิตอธิฐานโดยการฝึกฝน มีระเบียบวินัยในตัวเอง ขอให้คิดไปในทางนี้

คำถาม 22 *พ่อแม่ญาติพี่น้อง บรรพบุรุษหรือผู้ที่รู้จักกันมีความคุ้มเคยกันที่สิ้นชีวิตไปแล้ว จะมีการสนทนา มีการแสดงท่าทางหรือติดต่อกันทางจิตวิญญาณหรือไม่*

ตอบ มีแน่นอน แต่ว่าอาจจะไม่ใช่สิ่งที่เป็นจริงแน่นอนขึ้นอยู่กับหมอผีหรือผู้ที่สามารถสื่อทางวิญญาณนั้นว่าจะเป็นตัวปลอมหรือตัวจริง เนื่องจากจิตวิญญาณที่กำลังติดต่อนั้นถ้าไม่เกี่ยวข้องและไม่จำเป็นก็จะไม่มาอยู่ในตัวผู้ร่างทรง (ไม่ปรากฏ)และนั่นตัวผู้ร่างทรงนั้นก็อาจจะเสแสร้งให้เห็นก็เป็นได้ นั่นเป็นกระบวนการของหมอผี บางครั้งก็อาจจะเป็นจริงหมายความว่าคนที่สั่งการคนที่อยากติดต่อกับผู้ที่ตายทางวิญญาณสามารถติดต่อกับวิญญาณนั้นโดยตรงโดยผ่านหมอผี โดยจิตวิญญาณนั้นจะอยู่ข้างหลังสื่อกลางนั้น นี่คือสื่อกลางที่กำลังทำการควบคุมเป็นกระบวนการและการแสดงลักษณะท่าทางเฉพาะอย่างของหมอผี

ซึ่งสื่อไหนเป็นตัวจริงเป็นตัวปลอมที่จะทำให้เชื่อได้นั้น ข้าพเจ้าคิดว่าเป็นประสบการณ์การเรียนรู้ที่ดีอย่างหนึ่ง สำหรับมนุษย์ที่จะได้ทราบถึงเรื่องนี้เพื่อติดต่อกับวิญญาณสักหนึ่งหรือสองครั้ง

ข้าพเจ้าพูดแบบนี้เพราะว่านี่คือเป็นเวลาที่พิเศษสำหรับมนุษย์ซึ่งก็มีมนุษย์จำนวนมากที่ยังไม่เชื่อว่าถ้ามนุษย์ตายไปและวิญญาณยังอยู่ยังวนเวียนอยู่อย่างนั้น จึงเป็นโอกาสที่จะทำให้มนุษย์เหล่านั้นเมื่อยังมีชีวิตอยู่ได้กระทำความดีไว้มาก ๆ เมื่อตายไปแล้วจะได้ไม่มีผลกรรมหลงเหลืออยู่และเพิ่มผลกรรม

ด้วยเหตุนี้ ข้าพเจ้าคิดว่าเป็นสิ่งที่สำคัญซึ่งมีการวิจัยมีการสำรวจว่าสิ่งเหล่านี้เป็นจริง ในบริเวณนี้มีความคิดมีความรอบคอบทำให้คนมีความระมัดระวัง ก่อให้เกิดการกระตุ้นความสนใจและมีความละเอียดอ่อนมากขึ้นว่าครั้งหนึ่งท่านก็ได้ทราบแล้วว่ามีโลกแห่งจิตวิญญาณจริง มันเป็นการทดสอบที่ยากลำบากมากและจะไม่หมกมุ่นอยู่อย่างนั้นตลอดเวลาด้วยเหตุผลอันใดอันหนึ่ง

หลังจากที่มีการประชุมหรือหารือกันของผู้เชี่ยวชาญด้านวิญญาณแล้วท่านก็ต้องคิดด้วยตนเองใช้ความสามารถด้วยตนเองและตระหนักด้วยตนเองเช่นกัน

ท่านต้องไม่ลืมว่าระดับความเป็นมนุษย์ของท่านจะสูงขึ้นและจะอยู่ในระดับนั้นได้ที่สำคัญที่สุดคือท่านต้องมอบความรักตลอดเวลา มีความซื่อสัตย์และกล้าที่จะฝึกนิสัยและมอบความรักให้กับผู้คนตลอดเวลา

ทุก ๆ อย่างที่กล่าวมานี้ท่านต้องฝึกฝนให้มาก ๆ โดยทำให้จิตใจบริสุทธิ์ไม่มีสิ่งใดแอบแฝง เพื่อที่จะส่งเสริมให้เกิดผลสำเร็จให้ได้

ถ้าผู้ใดที่มีการฝึกฝนทำให้ก้าวหน้าอย่างสม่ำเสมอในการที่จะมอบความรักมีความจริงใจซื่อสัตย์และก็จะส่งผลให้เขาไม่พบกับความยากลำบากไม่พบกับความทุกข์ทรมานและมันก็เหมือนกับพวกเขาได้เดินทางมาถูกต้องแล้ว

สำหรับมนุษย์ผู้ใดที่มีความรักที่ใสสะอาด ซื่อตรง สิ่งสำคัญที่สุดทั้งหลายก็จะส่งผลให้มีความสมหวังและประสบผลสำเร็จหรือเป็นบวกเชื่อว่าเวลาจะตัดสินว่าในอดีตของเขาเหล่านั้น จะสามารถกลับกลายให้เขาได้รับทราบว่าอะไรเป็นอะไร

เกี่ยวกับการภาวนาและ
ขอให้สันติภาพจงมาสู่โลก

มนุษย์ที่อยู่บนโลกนี้ในจักรวาลทั้งหลาย จริง ๆ มีความสุขที่แท้จริงหรือไม่ ?
หรือมีความทุกข์?

จากคำถามที่ถามมานี้คิดว่ามนุษย์ที่อาศัยอยู่ในโลกนี้มีสภาพที่เป็นทุกข์
ทำไมถึงอยู่บนโลกใบนี้และมีความทุกข์ล่ะ ? นั่นเป็นเพราะว่าได้มีการทะเลาะ
เบาะแว้งกัน มีการแก่งแย่งชิงดีชิงเด่นกันก็เลยเกิดการทำให้มีสภาพที่ไม่ปกติ
ไม่มีสันติภาพ โลกนี้ก็เลยแคบลงในตอนนี้ เนื่องจากทุก ๆ ประเทศมีการได้รับ
ผลต่าง ๆ เหมือน ๆ กัน เช่น ประเทศยุโรปไม่ว่าจะเป็นอเมริกา รัสเซีย โซเวียต
มีปัญหา ก็จะส่งผลสะท้อน กระทบกระเทือนมายังประเทศในเอเชียด้วย ซึ่งผิด
กับสมัยก่อนมาก ไม่ว่าจะเป็นทางด้านการเมือง เป็นต้น

วันนี้ความเป็นอยู่ของแต่ละคนก็จะ ไม่จบเลยทันทีเพราะจะส่งผล
กระทบกระเทือนถึงผู้อื่นส่งผลกระทบกระเทือนถึงประเทศและโลกด้วย

และคน ๆ นั้นถึงจะมีความพยายามเพียงใดก็จะไม่มีผลถึงประเทศ โลก
เลย พรหมแดนประเทศ มนุษยชาติก็จะไม่มีผลกระทบกระเทือนเลยถึงแม้ว่าจะ
ทำเพื่อสันติภาพ เพื่อโลก ถึงแม้ว่าจะมีความพยายามเพียงใด

ตอนนี้บรรยากาศเป็นแบบที่ว่าความสัมพันธ์ระหว่างประเทศไม่ว่า
ความสัมพันธ์ระหว่างประเทศใดก็ตามก็ดูเหมือนกับจะเกิดสงครามไป
ทั้งนั้นเลย

จะเกิดสงครามเมื่อไรก็ไม่รู้ จะเกิดความผิดปรกติทางธรรมชาติเมื่อไรก็
ไม่รู้ เช่น การเกิดแผ่นดินไหว โลกนี้มีสภาพแบบนี้ซึ่งถ้าอยู่บนโลกที่มีสภาพ

แบบนี้จะหาความสุขที่แท้จริงบนโลกนี้ได้ยากมากเลย ซึ่งคน ๆ นั้นถึงแม้ว่าจะ
มีความพยายามเท่าใดก็ตามแต่ถ้าสภาพโลกเป็นแบบนี้ก็ไม่มีความสุขที่แท้จริง
แต่ข้าพเจ้าคิดว่าถ้าคิดว่าไม่คิดแบ่งแยก ข้าพเจ้าก็ข้าพเจ้าคนอื่นก็คนอื่น โลกก็
โลกไม่เกี่ยวกันแบบนี้ไม่ใช่แน่ คิดว่าควรจะคิดให้เป็นส่วนเดียวกัน รวมกัน
เป็นหนึ่งเดียวไม่ดีกว่าหรือแล้วหาหนทางแก้ช่วยกัน ข้าพเจ้าขอเสนอแบบนี้คือ
การภาวนาเพื่อให้เกิดสันติภาพบนโลกในนี้

สภาพของสันติภาพบนโลกมนุษย์ก็คือ สภาพสิ่งแวดล้อม ความมี
สันติภาพของมนุษยชาติแต่ละคนที่อาศัยอยู่บนโลกนี้ แต่กลับกันตอนนี้โลกนี้มี
สภาพไม่ใช่แบบนี้เลย สภาพของสิ่งแวดล้อมสภาพความมีสันติภาพของมนุษย์
แต่ละคนที่อยู่บนโลกนี้หาใช่เป็นแบบนั้นไม่

ซึ่งถ้าหันไปมองสภาพจิตใจของตนเองและสภาพทั่ว ๆ ไปก็จะรู้ความ
จริงได้ทันทีว่าไม่มีอะไรเที่ยงแท้แน่นอน แต่ละคน โลกก็จะมีความกังวลใจมี
ทุกข์มีความอ่อนไหวมีความอ่อนแอทั้งสิ้นเลย ซึ่งปัจจุบันนี้ถึงจะมีความสุขก็
เป็นความสุขชั่วคราวชั่วพริบตาเท่านั้น ไม่ใช่เป็นความสุขตลอดไป ไม่ใช่เป็น
ความมีสภาพที่มีความสุขที่ถาวร (ตลอดไป)

ความสุขที่แท้จริง ข้าพเจ้าจะต้องสร้างสรรค์และทำให้ทุกคนพบกับ
ความสุขให้ได้ การภาวนาที่ถาวรนั้น การที่จะทำการภาวนาให้โลกมีสันติภาพ
นั้นจะต้องทำให้มีความสุขให้ได้ติดต่อกันตลอดไป ถ้าไม่งั้นก็จะทำให้โลกนี้
สันติภาพไม่ได้

มนุษย์ทั้งหลาย เงื่อนไขแรกก็คือ จริง ๆ ต้องแยกจากครอบครัว แยกจาก
คนอื่น ๆ ให้ได้ ตัวเราก็คือตัวเรา ต้องเป็นตัวของตัวเองให้ได้ ให้มีสภาพความ
เป็นอยู่เหมือนตัวคนเดียว ไม่มีคนอื่น ไม่มีความรัก นั่นคือการที่จะเริ่มต้นของ
การพ้นทุกข์ (การตัดกิเลสตัณหา) ซึ่งจริง ๆ ตนเองมีครอบครัวมีความรักแต่
ต้องแยกให้ออก

การมีชีวิตแบบนั้น การแบ่งแยกฐานะระหว่างบุคคล ประเทศ ก็จะเกิด
ความโลภขึ้นมามีผลกรรม ทำให้เกิดกิเลสตัณหาขึ้นมา

ซึ่งทำไมถึงเป็นแบบนี้ ถ้าลำพังคนเพียงกลุ่มเดียวทำจะไม่มีทางสำเร็จลง
ไปได้ จะต้องมีบุคคลกลุ่มใหญ่ทำเป็นหมู่คณะมาก ๆ ทำจึงจะประสบผลสำเร็จ
ได้ ซึ่งคนกลุ่มเหล่านั้นต้องการวิธีการที่ง่าย ๆ จึงจะสำเร็จได้

ซึ่งการภาวนาขอให้สันติภาพจงมาสู่โลกนั้นมนุษย์ถ้าไม่ทราบวิธีการก็
จะไม่สำเร็จเนื่องจากเกิดจากสับสน ไม่มีหนทาง ไม่รู้วิธีการว่าจะทำอย่างไรถึง
จะทำให้โลกมีสันติภาพที่แท้จริงได้

โลกต้องการอะไรที่สมบูรณ์แบบ ซึ่งปัจจุบันเป็นวิธีดำเนินการเป็นแบบ
แผน สำหรับการนำสันติภาพมาสู่โลก ซึ่งแต่ละคนสามารถฝึกฝนโดย
ปราศจากข้อกังขา ความวิตก ความลำบากใจพวกเราต้องการวิธีการดำเนินงาน
ที่เป็นการนำพามาสู่จิตใจของผู้คนแบบธรรมชาติ โดยปราศจากการบากบั่น
วิธีการดำเนินงาน ซึ่งไม่มีการแบ่ง ไม่มีการแยกระหว่างความสนใจของพวกเรา
และความสนใจของคนอื่น ๆ แต่จะมีการทำให้เกิดขึ้นเองตามธรรมชาติ ปล่อย
ให้เป็นไปเองโดยการรับรู้และมีความรู้สึกโดยตัวของพวกเราเองและผู้อื่นด้วย
เพื่อนำไปพัฒนาสติ ความรู้สึก ให้เป็นหนึ่งเดียวซึ่งแต่ละคนจะมีการปลดปล่อย
ความหมกมุ่นพร้อมด้วยการก้าวหน้าการทวีมากขึ้นไปไม่ลดลงนี่คือบทบาท
ของการสวดมนต์เพื่อขอให้นำสันติภาพมาสู่โลก

ในที่นี้ข้าพเจ้าต้องการจะแจ้งให้ทราบเกี่ยวกับรากฐานของธรรมชาติ
จากมุมมองของข้าพเจ้าและหนทางของการดำรงอยู่ของมนุษยชาติว่ามนุษย์จะ
เป็นอย่างไร

ในชีวิตของมนุษย์นั้นมิได้มาจากผลกรรมหรือบาป มนุษย์นั้นแตกแยก
ออกมาจากคลื่นของแสงที่มีชีวิตส่วนหนึ่งซึ่งเป็นส่วนที่ดีที่สุด อันที่จริงมนุษย์
เกิดจากจิตของคามิ (มนุษย์เป็นรูปแบบชีวิตมาจากจักรวาลของคามิ) ไม่ใช่เกิด
มาเพื่อชดใช้กรรมเก่า ซึ่งมีสิ่งศักดิ์สิทธิ์คอยปกป้องคุ้มครองอยู่เสมอ ความทุกข์
เป็นเหมือนนามธรรม เมื่อมนุษย์มีความทุกข์ก็มักจะเข้าใจผิดว่าเกิดจากการ
กระทำของตนเองตั้งแต่ชาติก่อนหรือในชาตินี้

พวกเราจะต้องมีความศรัทธาว่าและเชื่อมั่นว่าความทุกข์ที่เกิดขึ้นมานั้น
จะสูญสลายไปและจงเชื่อว่าความสุขจะเกิดขึ้นมาในไม่ช้า จงอย่าได้โทษตนเอง
หรือโทษผู้อื่นในขณะที่กำลังจมอยู่ในความทุกข์ จงให้อภัยตนเองและให้อภัย
ผู้อื่น จงมีความรักมอบความรัก รู้จักให้อภัยและจริงใจ จงหมั่นสวดมนต์และ
ขอบพระคุณสิ่งศักดิ์สิทธิ์และอธิฐานขอให้โลกมนุษย์มีแต่ความสงบสุขและ
สันติภาพตลอดกาลนาน

นี่คือคำที่ข้าพเจ้าใส่เข้าไปในการภาวนา
  – ขอจงนำสันติภาพมาสู่โลก
  – ขอจงนำสันติภาพมาสู่ครอบครัวและประเทศ
  – ขอให้จงประสบความสำเร็จในภาระหน้าที่ที่ได้รับมอบหมาย
  – ขอขอบพระคุณและขอให้คุณพระศรีรัตน์ตรัยและสิ่งศักดิ์สิทธิ์
คุ้มครอง

ถ้าท่านได้นำคำง่าย ๆ เหล่านี้ใส่เข้าไปในใจของท่านและนำความคิด
ทั้งหมดของท่านผสมให้กลมกลืนกันจนกลายเป็นหนึ่งเดียวทางสว่างของชีวิตก็
จะเปิดขึ้นมาเพื่อท่านทั้งหลาย ก่อนที่ท่านจะทราบ ความเห็นแก่ตัวของท่าน
หรือความรู้สึกจับกลุ่มเป็นหมู่คณะรวมพวกกำลังจะเกิดขึ้นก็จะลดน้อยลงและ
ท่านก็จะพบด้วยตัวของท่านเองพร้อมกับตัวท่านเอง

ลักษณะเฉพาะประจำตัวท่านก็จะได้รับทราบและค้นพบตลอดจน
วิธีการดำรงชีวิตของท่านก็จะกลมกลืนกันจนสำเร็จ สิ่งนี้มีอยู่ในตัวของมันเอง
เป็นสิ่งที่ดีเยี่ยมซึ่งจะส่งผลให้นำสันติภาพมาสู่โลก

ข้าพเจ้าเชื่อมั่นว่าการภาวนาการสวดมนต์เพื่อนำสันติภาพมาสู่โลกเป็น
สิ่งเดียวที่จำเป็น ต้องกระทำในโลกปัจจุบันนี้มันจะส่งผลไปที่การมีจุดประสงค์
ของการนำสันติภาพมาสู่โลกจนเกิดความสำเร็จ

คำศัพท์

1. **<u>Kami (คามิ)</u>** คือ ***รูปแบบพลังงานชีวิตของสิ่งมีชีวิต เกิดจากพลังงานทั้งหลายทั้งปวงในจักรวาล***ไม่ได้หมายถึงพระเจ้า พระพุทธเจ้า หรือไม่ได้หมายถึงพระเจ้าในศาสนาใดศาสนาหนึ่งแต่เป็น***<u>พลังงานของทุกสิ่งทุกอย่างที่อยู่เหนือจักรวาล</u>***

2. <u>Kuu (กูอุ)</u> คือ ความนิ่ง ความว่างเปล่า ความไม่มีอะไร ตามคำอธิบายของอาจารย์ Masahisa Goi: Kuu ไม่ใช่สภาพที่เป็นลบซึ่งเป็นไปในเชิงทำลาย แต่มันหมายถึงความว่างเปล่าของชีวิตทุก ๆ สิ่งที่ไม่มีที่สิ้นสุด ---- เป็นจักรวาลภายในตัว การสั่นสะเทือนของแสงที่มีชีวิต ในศาสนาพุทธเวลานั่งสมาธิหรือเดินจงกลมก็จะพูดว่า ความว่างเปล่า

3. คำพูดที่ว่า **<u>Chokurei</u>** : (Choku) คือ ตรงและ Rei คือวิญญาณ Chokurei เป็นแสงพุ่งกระจายเป็นจิตวิญญาณที่แผ่รัศมีออกมากลายเป็นหลาย ๆ แบบ หลาย ๆ คลื่น เป็นโลกของจิตวิญญาณ (มีอธิบายในรูปที่ 1 และ 2)

4. <u>Bunrei</u>: Bun มีความหมายว่า การแบ่งส่วน และ rei คือ จิตวิญญาณ Bunrei มีความหมายว่า การแบ่งส่วนของจิตวิญญาณ การแบ่งส่วนของรูปแบบ

โกะอิ มาซะฮิสะ

พลังงานชีวิต เกิดจากพลังงานทั้งหลายทั้งปวงในจักรวาล เป็นพลังงานของ
สิ่งมีชีวิตทั้งหลายทั้งปวง

     5. จุดสำคัญ คำว่า **คามา Karma** มีความหมายคือ สิ่งที่มนุษย์กระทำขึ้น
เป็นผลกรรม ผลของการกระทำ คลื่นความคิดของมนุษย์ ในบทบาทนี้มีคำ
กล่าวที่ว่า คามา Karma และ Karmic เป็นคลื่นความคิดที่ส่องแสงและแผ่รัศมี
แล้วแต่ความทรงจำของตนเองแล้วก็เกิดการกระทำในรูปแบบต่าง ๆ หรือ
มนุษย์อาจจะมีคลื่นของความไม่ซื่อสัตย์และตลอดถึงวงจรของกรรมและผล
ของกรรม

     6. **Inyo** : In อิอินเป็นผลของพลังงานความเป็นลบ และโยอุ Yo เป็น
พลังงานบวก การจะเกิดสันติสุขก็ต่อเมื่อมีพลังงานลบและบวกมารวมกัน เช่น
พลังงานที่เป็นลบไม่ได้หมายความสิ่งไม่ดีส่วน พลังงานที่เป็นบวก ไม่ได้
หมายความว่าสิ่งดี คือหมายความว่าทั้งบวกและลบไม่ได้มีความหมายที่ดี
และไม่ดี

     7. **Shugojin**: Shugo โชะกุ มีความหมายว่า หนทาง และการป้องกัน
การคุ้มครอง จิน jin มีความหมายว่า คามิ Kami หรือเป็นเจ้า เทวดา หรือ
อาจจะแปลว่าสิ่งศักดิ์สิทธิ์ที่อยู่เหนือสุด ซึ่งเป็นผู้คุ้มครองอภิบาล

     8. **Shugorei**: Shugo โชะกุ มีความหมายว่าหนทางแห่งการป้องกันการ
คุ้มครอง ส่วนเระอิ Rei มีความหมายว่าจิตวิญญาณโชะกุเระอิ Shugorei คือ
วิญญาณของบรรพบุรุษที่ได้รับการตรัสรู้เป็นผู้คุ้มครองอภิบาล ซึ่งเคยเกิดมา
เป็นมนุษย์ ซึ่งได้ตายไปและตรัสรู้เป็นจิตวิญญาณที่ประเสริฐและมาคอย
คุ้มครองลูกหลาน

     9. **Konpaku**: Kon กง เป็นการสะสมพอกพูนของความคิดกลายเป็น
คลื่นของจิตใต้สำนึกจนกลายเป็นกระบวนการของการเกิดสิ่งมีชีวิตทั้งหลายทั้ง
ปวง ขณะเดียวกันปากุ paku ก็หมายถึงการรวมกัน ถ้าเราเอาคำ 2 คำมารวมกัน

คามิกับมนุษย์

ก็จะกลายเป็นคอนปากุ Konpaku คือการมีร่างกายที่มีจิตใต้สำนึกอยู่ภายในจะ
กลายเป็นมนุษย์

    10. <u>พระโพธิสัตว์</u> คือ ผู้ที่เกิดมาเพื่อโลกนี้ เพื่อที่จะมีการตั้งสัตย์อธิฐาน
และปลดปล่อยของผู้คนต่าง ๆ ในภาษาญี่ปุ่นพระโพธิ์สัตว์ เรียกว่า <u>**โปะ-ซา-สึ**</u>
<u>**(Bosatsu)**</u>

ข้อความถึงท่านผู้อ่านของ
ท่านพระอาจารย์ มาซาฮิสะ โกะอิ

ในปี 1955 (2498) 2 ปีหลังจากเขียนหนังสือเล่มนี้ท่านอาจารย์ Masahisa Goi ได้ริเริ่มทำการเผยแผ่เกี่ยวกับการภาวนาและมีข้อความว่า **"ขอให้สันติภาพจงมาสู่โลก"**

การเผยแผ่ทั้งหลายทั้งปวงนั้นเกิดจากพวกเขาเอง โดยวิสัยทัศน์ของพระอาจารย์ Goi เพื่อความมีสันติภาพ พร้อมด้วยสมาคม Byakko Shinko สมาคมผู้ภาวนาขอให้สันติภาพจงมีต่อโลกและสมาคมสันติภาพ Goi 3 สมาคม ซึ่งอาจจะมีผู้สนใจเกี่ยวกับการนำไปเผยแผ่กรุณาติดต่อผ่านที่อยู่ข้างล่างนี้

Byakko Shinko Kai (สมาคม เปียะโกะ ชิงโกะ ไกอิ)

Byakko เป็นคำที่มีความหมายว่าแสงสว่างอันบริสุทธิ์จากคามิเป็นความคิดริเริ่มของคนธรรมดากลุ่มหนึ่งที่เป็นระดับรากหญ้า ที่ภาวนามุ่งหวังอยากจะมีชีวิตจิตวิญญาณที่สูงส่งและสมความมุ่งมาดปรารถนา

เป็นกลุ่มที่ขอให้สันติภาพมาสู่โลกและจะนำสันติภาพมาสู่โลกได้อย่างไรก็คือการเผยแผ่โดยผ่านผู้มีจิตใจที่อยากจะเผยแผ่ ผู้มีจิตวิญญาณที่สูงส่งมีจิตใจที่ใสสะอาดปรารถนาให้มนุษย์ทั้งหลายได้มีจิตใจที่บริสุทธิ์

812 - 1 Hitoana, Fujinomiya, Shizuoka 418 – 0102
Phone 81(0)544 29 5100
Fax 81(0)544 29 5111
E-mail: e–editor@byakkopress.ne.jp
http://www.byakko.org
http://www.byakopress.ne.jp

ทำไมถึงได้แปลหนังสือเล่มนี้ทำอย่างไรเกี่ยวกับวิธีการแปลเป็นภาษาไทย

ข้าพเจ้าชื่อนางเคียวโกะ ซูซูกิ ข้าพเจ้ามาจากประเทศญี่ปุ่นเมื่อปี 2003 เดือนเมษายน โดยได้ติดตามสามีมาอยู่ด้วยกันที่เมืองไทย อาจจะได้เดินทางไปญี่ปุ่นในปีนี้ประมาณเดือนพฤษภาคม

ข้าพเจ้ารู้สึกว่าเมืองไทยเป็นเมืองที่สวยงามมากและก็รักเมืองไทยมาก ข้าพเจ้าได้ศึกษาเรื่องราวของเมืองไทยก็เลยทำให้ข้าพเจ้ามีความรู้สึกผูกพันเมืองไทยมาก

ข้าพเจ้าได้ไปเที่ยววัดที่อยู่เมืองไทยหลาย ๆ ที่เพื่อไปนั่งสมาธิเวลาที่ข้าพเจ้าได้นั่งสมาธิทำให้ข้าพเจ้ารู้สึกด้วยตนเองว่ามีความสุขมากและดีใจมาก ข้าพเจ้ารู้สึกว่ามีพระพุทธเจ้าอยู่ที่นั่นจริง ๆ ในโลกนี้มีหลาย ๆ ศาสนา ข้าพเจ้าคิดว่าคำสอนที่มีในแต่ละศาสนามีเนื้อหาคำสอนที่มีวัตถุประสงค์ที่จะถ่ายทอดออกมาเหมือน ๆ กัน มีจุดมุ่งหมายที่เหมือนกัน

พระอาจารย์ที่แต่งหนังสือเรื่องความสัมพันธ์ของมนุษย์และคามิหรือเป็นภาษาไทยว่าหนทางสว่างแห่งการดำเนินชีวิต ชื่อมาสะฮิสะ โกะอิ ซึ่งท่านได้นำเอาศาสนาชินโตของญี่ปุ่นและศาสนาพุทธมาผสมผสานกัน

ข้าพเจ้าคิดว่าหนังสือเล่มนี้เป็นหนังสือที่ดีมากก็เลยอยากจะให้ท่านทั้งหลายอ่าน

ข้าพเจ้ามีเพื่อนสนิทคนไทยคนหนึ่งชื่อ นางสาวอฐิติยาภรณ์ ราษฎร์สุโกศล ให้มาช่วยแปลหนังสือเล่มนี้โดยทำการแปลจากภาษาญี่ปุ่นเป็นภาษาไทย ซึ่งหนังสือภาษาญี่ปุ่นและภาษาไทยอาจจะมีวิธีการถ่ายทอดออกมาไม่เหมือนกันนิดหน่อยและภายในมีเนื้อหาที่เหมือนกัน ก็ขอให้ท่านอ่านหนังสือเล่มนี้ด้วยความสนุกและเข้าใจเพราะดีมาก ๆ และมีความประสงค์ที่จะให้ท่านได้อ่านจริง ๆ ถ้ามีอะไรผิดพลาดทั้งสองคนก็ขออภัยมา ณ ที่นี้ด้วย

ผู้แปล

ธันวาคม 2550

神と人間 (คามิกับมนุษย์)

2009 年 10 月 1 日　初版

著者　　　五井昌久
タイ訳者　Athitiyaporn Rardsukosol
発行者　　平本雅登
発行所　　白光真宏会出版本部（白光出版）
　　　　　〒 418-0102 静岡県富士宮市人穴 812-1
　　　　　（直販）電話 0544 (29) 5109　FAX 0544 (29) 5122
　　　　　（編集）電話 0544 (29) 5106　FAX 0544 (29) 5116
　　　　　ホームページ www.byakkopress.ne.jp

東京出張所
〒 101-0064 東京都千代田区猿楽町 2-1-16 下平ビル 401
（営業）電話 03 (5283) 5798　FAX 03 (5283) 5799

印刷所 CreateSpace.com
ISBN 978-4-89214-193-5

www.ingramcontent.com/pod-product-compliance
Lightning Source LLC
Chambersburg PA
CBHW060444040426
42331CB00044B/2598
* 9 7 8 4 8 9 2 1 4 1 9 3 5 *